మై పర్ఫెక్ట్ జెంటిల్మెన్!

పద్మజ నవీన్

Copyright © Padmaja Madhavarapu 2022
All Rights Reserved.

ISBN: 979-8-88805-999-9

This book has been published with all efforts taken to make the material error-free after the consent of the author. However, the author and the publisher do not assume and hereby disclaim any liability to any party for any loss, damage, or disruption caused by errors or omissions, whether such errors or omissions result from negligence, accident, or any other cause.

While every effort has been made to avoid any mistake or omission, this publication is being sold on the condition and understanding that neither the author nor the publishers or printers would be liable in any manner to any person by reason of any mistake or omission in this publication or for any action taken or omitted to be taken or advice rendered or accepted on the basis of this work. For any defect in printing or binding the publishers will be liable only to replace the defective copy by another copy of this work then available.

Contents

Chapter - 1

తన్వి

"నీతో మాట్లాడాలి తన్వి!" అన్నాడు అన్నయ్య, బాల్కనీ లో కూర్చున్న నా దగ్గరికి వస్తూ.

"చెప్పు అన్నయ్యా!"

"నేను, వదిన ఆస్ట్రేలియా కి తిరిగి వెళ్ళాలి. ఈలోపు అన్నీ సెటిల్ చేసుకుంటే మంచిది" ఎప్పటిలాగే అన్నయ్య విషయాన్ని డైరెక్టుగా చెప్పేసాడు.

"ఏం సెటిల్ చేసుకోవాలి అన్నయ్యా?" అడిగాను, తాగిన కాఫీ కప్ టేబుల్ మీద పెడుతూ.

నిన్నే అమ్మ, నాన్నల పెద్ద కార్యం అయ్యింది. పదమూడు రోజులు అయ్యింది వాళ్ళిద్దరూ ఆక్సిడెంట్ లో చనిపోయి. నేను అమెరికా నుంచి, అన్నయ్య ఆస్ట్రేలియా నుంచి వచ్చి పది రోజులు. ఈ పది రోజులలో

ఇద్దరం పది మాటలు కూడా మాట్లాడుకోలేదు. మాకంటే ముందే బంధువులంతా వచ్చారు. జరగాల్సిన కార్యక్రమాలు అన్నీ యాంత్రికంగా జరిగిపోయాయి. నేను అమెరికా వెళ్ళి మూడు నెలలు అయ్యింది. మొబైల్ అప్లికేషన్ డిజైన్ లో అడ్వాన్స్డ్ కోర్స్ చెయ్యడానికి వెళ్ళాను. అలా వెళ్ళి ఉండకపోతే అమ్మ నాన్నలతో ఉండేదాన్నేమో! ఇలా జరగకపోయేది ఏమో!

"ఈ ఇల్లూ, ఊర్లోని పొలం అమ్మి సగం సగం తీసుకుందాం" అన్న అన్నయ్య మాటలకు ఆలోచనలలోంచి బయటకు వచ్చాను.

"శ్రీధర్, తన అభిప్రాయం ఏంటి అని అడగకుండా డైరెక్టుగా అమ్మేద్దాం అంటావేంటి?" వదిన బాల్కనీ లోకి వస్తూ అన్నయ్యతో అంది.

"అన్నయ్య ముక్కుసూటితనం మనకి కొత్త కాదు కదా వదినా!" పెదవులు దాటని చిరునవ్వుతో అన్నాను.

"సరే అన్నయ్యా! కానీ ఈ అపార్టుమెంట్లో అమ్మ నాన్నల జ్ఞాపకాలు ఉన్నాయి. ఇది నాకు కావాలి. ఊర్లోని పొలం నువ్వు అమ్మెసుకో."

"రెండిటిలో అపార్ట్మెంట్ వేల్యూ ఎక్కువ తన్వీ."

ఓహ్! ఇప్పుడిది మామూలు సెటిల్మెంట్ కాదు. అణాపైసలతో సహ సరిసమానవ్వాలి.

"సరే అన్నయ్యా, మొత్తం లెక్క కట్టి చెప్పు. ఇప్పుడు పొలం అమ్మేసి ఆ డబ్బు తీసుకుని వెళ్ళు. నీకు ఇంకా ఎంత రావాలో చెప్పు. ఒక సంవత్సరం టైమ్ ఇస్తే నేను నీకు ఆ డబ్బు ఇచ్చేసి ఇల్లు ఉంచుకుంటాను" అన్నయ్యను సూటిగా చూస్తూ చెప్పాను.

"ఒక సంవత్సరంలో ఇవ్వగలవా? నువ్వు ఫ్రీలాన్సరువి."

"శ్రీధర్ చాలింక! తను చూసుకుంటుంది. మనం ఈ డబ్బు మీద ఆధారపడి బ్రతకట్లేదు కదా?" వదిన కోపంగా అనేసి లోపలికి వెళ్ళిపోయింది.

అన్నయ్య ఇంకేమీ మాట్లాడటానికి లేదు అన్నట్టు వదినని ఫాలో అయ్యాడు.

బాల్కనీ లో అమ్మ పెట్టిన పూల మొక్కలు సాయంత్రం గాలికి అందంగా ఊగుతున్నాయి. అమ్మ, నాన్న, నేను ఇక్కడ రోజూ కబుర్లు చెప్పుకుంటూ సమయం గడిపే వాళ్యం. జ్ఞాపకాల తడి వెచ్చగా కళ్య నుండి జారింది. ఆపలేక పోయాను. ఈ పదమూడు రోజులుగా నటించిన బింకం ఉప్పెనలా పొంగింది. వెక్కిళ్ళ ఓదార్పుతో ఎంత సేపు గడిపానో.

"అమ్మ గుర్తొచ్చిందా?" కొత్త గొంతు వినిపించి పక్క ఫ్లాట్ బాల్కనీ వైపు చూసాను కళ్ళు తుడుచుకుంటూ.

"నేను నువ్వు ట్రైనింగ్ కి వెళ్యాక వచ్చాను ఈ ఫ్లాట్ కి. నా పేరు సాక్షి. అప్పుడప్పుడు ఆంటీ తో కాఫీ ఎంజాయ్ చేసేదాన్ని మీ బాల్కనీ లో. ఐ యాం సారీ ఫర్ యువర్ లాస్. వై డోన్ట్ యు కం ఓవర్? లెట్స్ హావ్ సం టాక్ ఓవర్ ఎ డ్రింక్" చిరునవ్వుతో గల గలా మాట్లాడేసింది తను.

సాక్షి ఫ్రాంక్నెస్ నచ్చింది. కొంచెం సేపు బాధ మర్చిపోవచ్చు అనిపించింది.

"థాంక్యూ! గివ్ మీ ఫైవ్ మినిట్స్ సాక్షీ. కొంచం ఫ్రెష్ అయి వస్తాను" అని లోపలికి వెళ్ళి ఫ్రెషప్ అయి పది నిమిషాల తరువాత తన డోర్ బెల్ కొట్టాను.

"కం ఇన్!" చిరునవ్వుతో నన్ను లోపలికి పిలిచింది. లోపలి వెళ్ళగానే "అక్కడ కూర్చుందాం" అని తన బాల్కనీ వైపు సైగ చేసింది.

తన ఫ్లాట్ ఆర్టిస్టిక్ గా సర్దుకుంది. బ్రైట్ కలర్స్ ఇష్టం అనుకుంటా. ఇల్లంతా బ్రైట్ అండ్ లైఫ్లీ కలర్స్ తో డెకరేట్ చేసింది తన వైట్ వాల్స్ కి కాంట్రాస్ట్ గా. ఇన్డోర్ ప్లాంట్స్ పెట్టింది అక్కడక్కడా. అమ్మకి ఎందుకు దగ్గర అయ్యిందో అర్థం అయ్యింది. ఇద్దరిదీ ఒకటే టేస్ట్. ఆఖరి రోజుల్లో అమ్మతో తనే ఎక్కువ గడిపింది అన్న ఆలోచనతో సాక్షి బాగా తెలిసిన మనిషిలా అనిపించింది. వెళ్ళి తన బాల్కనీ లో ఉన్న కుర్చీ లో కూర్చున్నాను.

"తన్వీ, హార్డ్ డ్రింక్ ఆ, సాఫ్ట్ డ్రింక్ ఆ?" ఫ్రిడ్జ్ లోకి చూస్తూ అడిగింది.

"ఎప్పుడైనా సాఫ్ట్ డ్రింకే! హార్డ్ డ్రింక్స్ అలవాటు లేదు" అన్నాను చిరునవ్వుతో.

రెండు గ్లాసుల నిండుగా సాఫ్ట్ డ్రింక్స్ తో ట్రే తీసుకుని వచ్చి టేబుల్ పైన ఉంచి ఎదురుగా కూర్చుంది.

"ఫ్రిలాంసింగ్ చేస్తూ వన్ ఇయర్ లో అంత సంపాదించగలను అన్న కాన్ఫిడెన్స్ గ్రేట్! ఏం సర్వీసెస్ ప్రొవైడ్ చేస్తావు?" అని అడిగింది ఒక గ్లాసు నాకు అందిస్తూ.

"ఓహ్ విన్నారా?"

"కావాలని కాదు. అలా గాలి మోసుకొచ్చిన కబుర్లు" అంది నవ్వేస్తూ.

"నేను మొబైల్ ఆప్స్ అండ్ వెబ్ డిజైనింగ్ సర్వీసెస్ ప్రొవైడ్ చేస్తాను. లాస్ట్ టూ ఇయర్స్ నుంచీ

చేస్తున్నాను. పర్వాలేదు క్లయింట్ బేస్ బాగానే ఉంది" అన్నాను.

"రెగ్యులర్ జాబ్ ఇష్టం లేదా?"

"నాకు నా సొంత డిజైన్ కంపెనీ పెట్టాలని కోరిక. అందుకే ఇలా స్టార్ట్ చేసాను. నెమ్మదిగా వర్క్ పెరిగే కొద్దీ జూనియర్స్ ని హైర్ చేసుకుంటాను. నా గురించి సరే మీ గురించి చెప్పండి సాక్షి" అడిగాను తనని చూస్తూ.

"నేను డిజి-టేల్స్ కంపెనీ సిటిఓ తన్వి. నేను, నా కాలేజి ఫ్రెండ్స్ ఆశ్రిత్, వరుణ్, సౌమ్య కలిసి స్టార్ట్ చేసాం డిజి-టేల్స్."

"Every digit has a story to tell. Your actions will be perfect if you care to listen and act!" అని డిజి-టేల్స్ సిఈఓ ఆశ్రిత్ ని కోట్ చేసాను.

"ఓహ్ ఆశ్రిత్ ఫాలోవర్ ఆ నువ్వు?"

"ఆయనకు పెద్ద ఫ్యాన్ కూడా. ఆశ్రిత్ నా ఇన్స్పిరేషన్. ఇరవై ఎనిమిది ఏళ్ళ వయస్సులో టాప్

హండ్రెడ్ యంగ్ సీఈఓస్ లిస్ట్ లో ఉండడం చిన్న విషయం కాదు. హి ఈస్ స్మార్ట్ అండ్ హ్యాండ్సమ్!" అన్నాను ఉత్సాహంగా.

"గుడ్! ఈసారి తను వచ్చినప్పుడు పరిచయం చేస్తాను. అలా వాక్ కి వెళ్దామా కాంపౌండ్ లో?" అడిగింది ఖాళీ గ్లాసులు లోపలి తీసుకెళ్తూ.

"ఎస్!" అని బయలు దేరాను తన వెనకాల.

ఇద్దరం కింద అపార్ట్మెంట్ బ్లాక్స్ మధ్యలో నడుస్తున్నాం. గాలి బాగుంటుంది ఈ టైమ్ లో.

"నాకు ఈ కమ్యూనిటీ అంటే చాలా ఇష్టం. నా టెన్త్ క్లాస్ లో షిఫ్ట్ అయ్యాము ఇక్కడికి. అప్పటికే అన్నయ్య పెళ్ళి అయిపోయింది. ఆస్ట్రేలియా వెళ్ళిపోయాడు. తను నాకన్నా పన్నెండు ఏళ్ళు పెద్ద. అందుకే తనకి ఈ ఇంటితో ఎమోషనల్ అటాచ్మెంట్ లేదు" అన్నాను.

"నేను మీ అన్నయ్యను తప్పు పట్టలేదు. కొంచెం ప్రాక్టికల్ అనుకున్నాను అంతే" అంది సాక్షి నవ్వుతూ.

"కొంచమేనా?"

"కొంచెం ఎక్కువే!" అంది. ఇద్దరం నవ్వుకున్నాం.

"నీ నెక్స్ట్ ప్లాన్ ఏంటి?" అడిగింది నన్ను చూస్తూ.

"ఏమో! అమ్మా, నాన్నల జ్ఞాపకాలు కన్నీళ్ళు కాకుండా చిరునవ్వు తెప్పించే రోజువరకూ ఎక్కడికైనా వెళ్ళాలని ఉంది."

Chapter - 2

ఆశ్రిత

జిమ్ లో వెయిట్స్ లిఫ్ట్ చేస్తూ వరుణ్ షోల్డర్ స్ట్రైన్ చేసుకున్నాడు. అక్కకి స్కూల్ ఫ్రెండ్స్ రియూనియన్ ఉంది ఎక్కడో రిసార్ట్ దగ్గర డ్రాప్ చేయాలి రమ్మని అడిగింది. పది నిమిషాల దగ్గర నుంచి గేట్ దగ్గర వెయిట్ చేస్తున్నాను. ఎంతకీ రాదు. మళ్ళీ ఫోన్ అందుకుని కాల్ చేసాను.

"ఇది ఎదో కాల్ రా! నీతో ఫోన్ మాట్లాడుతుంటే నాకు ఇంకా లేట్ అయిపోతుంది. లోపలకి వచ్చి వెయిట్ చెయ్యొచ్చు కదా?" కాల్ లిఫ్ట్ చేస్తూనే క్లాస్ పీకింది.

"మీ అత్తగారు మీ చుట్టాల్లో పెళ్ళికాని అమ్మాయిల ఫొటోస్ పట్టుకుని రెడిగా ఉంటుంది నన్ను బుక్ చెయ్యడానికి. నేను రాను!" అన్నాను.

"ఇంకా నువ్వు వస్తున్నావు అని ముందే చెప్పలేదు సంతోషించు. తెలిస్తే అందరినీ ఇంటికి పిలిచి పరిచయం చేసేది. ప్లీజ్ ఆశ్రిత్ కాల్ కట్ చేసి ఇంట్లోకి రారా, నా ఫ్రెండ్స్ ని కలిసి పన్నెండు ఏళ్ళు అయ్యింది. వాళ్ళకి కొంచం బాగా కనిపించాలి కదా!"

"సరే వస్తున్నాను" అని కాల్ కట్ చేసి కార్ దిగి లోపలికి వెళ్ళాను.

"హలో షీలా ఆంటి, హౌ అర్ యు?" అన్నాను వాళ్ళ అత్తగారిని హాల్లో చూస్తూనే.

"ఐ యాం ఫైన్ ఆశ్రిత్, నువ్వు ఎలా ఉన్నావు? పది నిమిషాలు కార్లోనే ఉన్నావు ఫోన్ మాట్లాడుతూ, గర్ల్ ఫ్రెండ్ తో మాట్లాడుతున్నావా?" అని అడిగింది చనువుగా.

"ఓహ్ చూసారా? అవును గర్ల్ ఫ్రెండ్ తో మాట్లాడుతున్నాను" అన్నాను నిరాశ తో చిన్నబుచ్చుకున్న ఆవిడ మొఖం చూసి నవ్వుకుంటూ.

"కాఫీ తెస్తాను ఉండు" అని ఆంటీ లేచి కిచెన్ లోపలకి వెళ్ళింది.

"ఇన్నాళ్ళకి అమ్మని మేనేజ్ చెయ్యడం తెలిసింది నీకు" అన్నాడు వరుణ్ బెడ్రూమ్ లోంచి హాల్లోకి వస్తూ.

"పెళ్ళి చేసుకుని నువ్వు పడుతున్న బాధలు చూస్తున్నాను కదా, నాకు ఎందుకు చెప్పు ఆ కష్టాలు?"

"వరుణ్ కి ఏమి కష్టాలు? నాలాంటి స్మార్ట్ వైఫ్ ఉంటే లైఫ్ అంతా పండగే" అంది అక్క వరుణ్ వెనుక బెడ్రూమ్ లోంచి బయటకి వస్తూ.

"ఎస్ డార్లింగ్!" అని వరుణ్ అక్క భుజం చుట్టూ చేయి వేసి బుగ్గ మీద ముద్దు పెట్టాడు.

"ఓకే మీ రొమాన్స్ అయిపోతే తొందరగా రా అక్కా. నిన్ను దించి నా ఫార్మ్ హౌస్ మేనేజర్ కాండిడేట్స్ ని ఇంటర్వ్యూ చెయ్యాలి" అన్నాను బయటకి నడుస్తూ.

"వెళ్ళి వస్తాను అత్తయ్య! బై వరుణ్" అని నన్ను ఫాలో అయ్యింది అక్క.

"సౌమ్యా! కాఫీ పెడుతున్నాను ఆశ్రిత్ కి" వంట గదిలోంచి షీలా ఆంటీ అరిచింది.

"వరుణ్ కి ఇచ్చేయండి అత్తయ్య. లేట్ అవుతుంది నాకు" అంటూ అక్క వచ్చి కార్ లో కూర్చుంది.

"శనివారం కూడా ఏమి పనులురా?" అంది వరుణ్ కి చెయ్యి ఊపి బై చెప్తూ.

"ఇది పర్సనల్ పని. వీకెండ్ చేసుకోవాలి. వర్క్ డేస్ లో చేస్తే మా హెచ్చార్ సౌమ్య ఒప్పుకోదు" అన్నాను కార్ గేట్ లోంచి రివర్స్ చేస్తూ.

"బెస్ట్ హెచ్చార్ అవార్డు ఊరికే వస్తుందా మరి?" అడిగింది గర్వంగా నవ్వుతూ.

"సరే కానీ ఇప్పుడు ఉన్న ఫార్మ్ హౌస్ మేనేజర్ కి ఏమయ్యింది?" అని టాపిక్ మార్చింది.

"వాడు ఫార్మ్ హౌస్ లో పండించిన కూరగాయలు అనాథ ఆశ్రమాలలో ఇవ్వకుండా మార్కెట్ లో అమ్ముకుంటున్నాడు. అందుకే ఒక్కటిచ్చి పనిలోంచి తీసేసాను."

"తీసేసావు సరే కొట్టడం ఎందుకు? కోపం తగ్గించుకో!" అంది.

ఈలోపు నా మొబైల్ మోగింది. సాక్షి కాలర్ ఐడీ చూసి కాల్ లిఫ్ట్ చేసాను. కార్ బ్లూ టూత్ స్పీకర్స్ కి కనెక్ట్ అయ్యింది కాల్.

"హేయ్ సాక్షి! శనివారం కాల్ చేసావు, ఈస్ ఎవిరీథింగ్ ఆల్రైట్?" అడిగాను.

"ఆల్రైట్ ఆశ్రిత్! నువ్వు బిజీ గా వున్నావా? మాట్లాడొచ్చా?"

"బిజీ ఏమీ లేదు. వరుణ్ కి షోల్డర్ స్ప్రెయిన్ అయ్యింది జిమ్ లో. అక్కని రిసార్ట్ లో డ్రాప్ చెయ్యడానికి తీసుకువెళ్తున్నాను. వాళ్ళ స్కూల్ రీయూనియన్ ఈరోజు."

"ఓహ్ సొమ్మ ఉందా నీతో! హోయ్ సొమ్యా, వరుణ్ నిజంగానే జిమ్ లో హర్ట్ అయ్యాడా లేదా నువ్వే మాట వినట్లేదని ఒక్కటిచ్చావా?" అడిగింది నవ్వుతూ.

"వరుణ్ ఈస్ ఏ స్వీట్ హార్ట్. నా మాట వింటాడు. జిమ్ లో వీళ్ళిద్దరూ ఉన్నారు పొద్దున్న. అక్కడే స్ట్రైన్ అయ్యింది షోల్డర్" అంది.

"మాట వింటాడో, వినేటట్టు ట్రైనింగ్ ఇచ్చావో" అంది సాక్షి అందర్ని నవ్విస్తూ.

"ఆశ్రిత్, కాల్ ఎందుకు చేసానంటే...నీ ఫార్మ్ హౌస్ మేనేజర్ పొజిషన్ ఖాళీగా ఉందా? నేను ఎవరినైనా రికమెండ్ చెయ్యొచ్చా? అడిగింది నన్ను.

"ఖాళీగానే ఉంది. ఈరోజు ఇద్దరు కాండిడేట్స్ ని ఇంటర్వ్యూ చేస్తున్నాను. నువ్వు రికమెండ్ చేసే కాండిడేట్ అయితే ఇంటర్వ్యూ వద్దు డైరెక్ట్ గా వచ్చి జాయిన్ అవ్వమను."

"నేను రికమెండ్ చేసే అమ్మాయి ఫ్రీలాన్స్ ఆప్ డిజైనర్. నీకు పెద్ద ఫ్యాన్ కూడా. తనకు చేంజ్ ఆఫ్ ప్లేస్

కావాలి. నీది లివ్ ఇన్ పొజిషన్ కదా అని కలిసి వస్తుంది అనుకున్నాను."

"అమ్మాయి అంటున్నావు అక్కడ ఒంటరిగా ఉండటం ఒకే నా? మిగతా స్టాఫ్ ఉంటారనుకో. ఈ కండిషన్స్ చెప్పే ఒకే అయితే మండే వచ్చి కలవమను ఆఫీస్ లో."

"ఒకే! ఇప్పుడే చెప్తాను. మండే ఆఫీస్ కి నాతో తీసుకొస్తాను. థాంక్స్! టై ఆశ్రిత్! టై సౌమ్య, ఎంజాయ్ యువర్ రీయూనియన్" అంటూ కాల్ కట్ చేసింది.

ఆశ్రిత్

మండే నా రొటీన్ బిజీ గా ఉంటుంది. పొద్దున్నే ఆ వారం ఆక్టివిటిస్ అన్నీ ప్లాన్ చేసుకుంటాను. మార్నింగ్ జిమ్ లో వర్కౌట్ నుంచే స్టార్ట్ అవుతుంది నా సెల్ఫ్ రిఫ్లెక్షన్. ముందు వారం తీసుకున్న డెసిషన్స్, వాటి ఎఫెక్ట్స్, నా నెక్స్ట్ యాక్షన్ పాయింట్స్ అన్నీ అనలైజ్ చేసుకుంటాను.

రోజు జిమ్ నుంచి ఇంటికి రాగానే నా జర్మన్ షెపర్డ్ షాడో ని వాక్ కి తీసుకెళ్తాను. తరువాత స్నానం చేసి బ్రేక్ఫాస్ట్ పూర్తి చేసుకుని హై-టెక్ సిటీ లో ఉన్న మా ఆఫీస్ కి బయలుదేరుతాను.

ఈరోజు కూడా డైలీ రొటీన్ పూర్తి చేసుకుని ఎనిమిది గంటలకే ఆఫీస్ చేరుకున్నాను. ఎర్లీగా డే స్టార్ట్

చెయ్యడం నాకు అలవాటు. హైదరాబాద్ ట్రాఫిక్ కూడా కొంచెం లేట్ అయితే ఎక్కువ అయిపోతుంది.

నా కెబిన్ లోకి వచ్చాక లాప్టాప్ ఆన్ చేసి కాఫీ మెషిన్ దగ్గరికి వెళ్ళి కాఫీ తెచ్చుకుని కూర్చున్నాను. కాఫీ సిప్ చేస్తూ మెయిల్స్ చెక చేస్తుండగా సాక్షి మీటింగ్ రిక్వెస్ట్ కనిపించింది. "మీటింగ్ తన్వి!" అని.

మండే మార్నింగ్ కాంపిటిటివ్ ఎనాలిసిస్ సెషన్ ఉంటుంది టీం తో. మార్కెట్ లో మాలాంటి సొల్యూషన్స్ ఇంకా ఏమున్నాయి? వాళ్ళు మాకన్నా బెటర్ గా ఏం ఆఫర్ చేస్తున్నారు? అని డిస్కస్ చేస్తాము. ఫస్ట్ అవర్ అఫ్ ది డే కాబట్టి టీం అంతా హుషారుగా ఉంటారు. అందుకే ఈ సెషన్ ఇప్పుడు ప్లాన్ చేసాను.

సాక్షి కి కాల్ చేసాను వెంటనే. "సాక్షి! ఇంకా స్టార్ట్ అవ్వకపోతే ఆ అమ్మాయిని మన మార్నింగ్ సెషన్ అయ్యాక రమ్మను."

"నాతో తీసుకెళ్తాను అని చెప్పాను ఆశ్రిత్. లాప్టాప్ తెచ్చుకోమంటాను ఏదైనా డిస్కషన్ రూమ్ లో తన వర్క్ చేసుకుంటుందిలే మన సెషన్ అయ్యేవరకు."

"ఓకే! అలా అయితే నాకు ప్రాబ్లెమ్ లేదు, సియు!" అని కాల్ కట్ చేసాను.

తరువాత ఒక గంట నా మెయిల్స్ చెక్ చేసుకుని, వాటికి జవాబులు ఇస్తూ గడిపేసాను. సెషన్ టైమ్ అవ్వగానే నా లాప్టాప్ తీసుకుని బయలుదేరాను కాన్ఫరెన్స్ రూమ్ కి.

అప్పుడు కనిపించాయి ఆ కాటుక కళ్ళు కాన్ఫరెన్స్ రూమ్ ఎదురుగా ఉన్న డిస్కషన్ రూమ్ లో. రూమ్ కి ఉన్న గ్లాస్ డోర్ ప్రైవసీ స్టికర్ మధ్యలోంచి ఆ కళ్ళు మాత్రమే కనిపిస్తున్నాయి. చూపు తిప్పుకోవాలనిపించలేదు. తనకి ఎదురుగా లాప్టాప్ ఉన్నట్టు ఉంది. అటు వైపు చూస్తుంది దీక్షగా.

ఆ కళ్ళనే చూస్తూ కాన్ఫరెన్స్ రూమ్ లోకి వచ్చాను. అప్పటికే సాక్షి, ఇంకా కొంత మంది టెక్ లీడ్స్

ఉన్నారు అక్కడ. కొంచెం సేపు ఏ చైర్ లో కూర్చోవాలా అని ఆలోచించాను. ఆ కళ్ళు కనిపించేలా కూర్చుంటే సెషన్ వైపు దృష్టి ఉండదు అనిపించింది. వెళ్ళి సాక్షి పక్కన డిస్కషన్ రూమ్ నా వెనుకకు వచ్చేటట్టు కూర్చున్నాను.

కానీ మళ్ళీ మళ్ళీ చూడాలనిపించింది ఆ కళ్ళని. లేచి వెళ్ళి ఎదురుగా కూర్చున్నాను.

"ఏమయ్యింది? చైర్ బాగోలేదా?" సాక్షి అడిగింది.

అవునన్నట్టు తల ఊపాను.

Chapter - 4

తన్వి

సాక్షి తో కలిసి ఉదయం తొమ్మిదిన్నరకు చేరుకున్నాను డిజి-టెల్స్ ఆఫీస్. మోడర్న్ కో-వర్కింగ స్పేస్ లో ఉంది ఆఫీస్. వర్క్ స్టేషన్స్ మధ్యలో జిమ్, పూల్ టేబుల్, టేబుల్ టెన్నిస్, క్యారం బోర్డు ఉన్నాయి. లైవ్లీ ఇంటీరియర్స్ తో చాలా బాగుంది ఆఫీస్. నేను కూడా నా కంపెనీ ఓపెన్ చేసినప్పుడు ఇలాంటి ప్లేస్ సెలెక్ట్ చేసుకోవాలి అనుకున్నాను మనస్సులో.

ఆశ్రిత ని లైఫ్ లో ఇలా కలుస్తానని అనుకోలేదు. తన బ్లాగ్స్ మిస్ అవ్వకుండా ఫాలో అవుతాను. ఇండస్ట్రిలో నా ఫేవరెట్ టెక్ సీఈఓస్ లో ఆశ్రిత ఒకరు. నాకు కొంచెం క్రష్ కూడా ఉంది ఆయన మీద. ఎవరికి ఉండదు? తెలివైన వాడు, అందగాడు, ఇప్పటివరకు

ఎలాంటి నెగటివ్ మార్క్ కూడా లేని వాడు. కొంచెం సేపట్లో కలుస్తానని ఆలోచన వస్తేనే గుండె దడ దడ కొట్టుకుంటుంది.

"తన్వి, మార్నింగ్ సెషన్ గురించి చెప్పాను కదా? నేను కూడా అటెండ్ అవుతాను. నువ్వు ఈ డిస్కషన్ రూమ్ లో కూర్చొని నీ వర్క్ ఏమన్నా ఉంటే చేసుకో. నెట్వర్క్ పాస్వర్డ్ నీకు మెసేజ్ చేస్తాను. ప్లీజ్ ఫీల్ ఫ్రీ టు గో టు పాంట్రి ఫర్ ఏ కాఫీ" అని డిస్కషన్ రూమ్ చూపించి తాను ఎదురుగా ఉన్న కాన్ఫరెన్స్ రూమ్ లోకి వెళ్ళింది.

తను చూపించిన రూమ్ లో కి వెళ్ళి లాప్టాప్ ఓపెన్ చేసి నా డిజైన్ వర్క్ మొదలు పెట్టాను.

ఒక అరగంట తరువాత "హే తన్వి! ఐ యాం సౌమ్య" అంటూ ఒక అమ్మాయి లోపలకి వచ్చింది. "నేను ఇక్కడి హెచ్ఆర్ హెడ్. సాక్షి నిన్ను చూసుకోమంది" అని చిరునవ్వుతో నా ఎదురుగా ఉన్న చైర్ లో కూర్చుంది.

"హాయ్ సౌమ్య, నైస్ టు మీట్ యు!" అన్నాను నా చేయి చాచి షేక్ హ్యాండ్ ఇస్తూ. సౌమ్య పొడవుగా చామనచాయ రంగులో ఉంది. చాలా లైవ్లీ స్మైల్ తో క్యూట్ గా ఉంది.

"వాళ్ళ సెషన్ కొంచం సేపట్లో అయిపోతుంది. కాఫీ తాగుదామా ఈలోపు?" చనువుగా అడిగింది.

ఇద్దరం లేచి ప్యాంట్రీ కి వెళ్ళాము. కాఫీ కప్స్ తీసుకుని ప్యాంట్రీ లో ఒక టేబుల్ చూసుకొని కూర్చున్నాం. కంపెనీ ఎంప్లాయిస్ గ్రూప్స్ గా వస్తున్నారు కాఫీ కోసం.

"అందరూ జీన్స్, టీ-షర్ట్స్ లో ఉన్నారు, డ్రెస్ కోడ్ లేదా మీ ఆఫీస్ లో?" అడిగాను.

"లేదు! మా స్టాఫ్ కి ఫుల్ ఫ్రీడమ్ ఉంది డ్రెస్సింగ్ లోను, ఆఫీస్ టైమింగ్స్ లోను. మా సీఈఓ ఆశ్రిత్ కి ఈ పట్టింపులు లేవు. వర్క్ టైమ్ కి అవ్వాలి, క్వాలిటీ ఉండాలి అంతే. ఆ విషయంలో చాలా స్ట్రిక్ట్." అని అంది సౌమ్య.

"గుడ్! అది రైట్ మైండ్ సెట్ ఇప్పటి సీఈఓస్ కి" అన్నాను ఇంప్రెసివ్ గా ముఖం పెట్టి.

ఈలోపు సౌమ్య మొబైల్ కి కాల్ వచ్చింది.

"సాక్షీ! నేను ప్యాంట్రీ లో ఉన్నాను తన్వి తో. సెషన్ అయిపోయిందా?" అంది సౌమ్య కాల్ లిఫ్ట్ చేస్తూనే.

...

"ఒకే! వస్తున్నాము కాఫీ తాగి" అని కాల్ కట్ చేసింది.

"నీ కాఫీ అయిపోతే వెళదాం. నిన్ను సాక్షి దగ్గరకి తీసుకెళ్తాను" అంది సౌమ్య నన్ను చూస్తూ.

"నేను రెడీ!" లేచాను కాఫీ పూర్తి చేసి.

ఇద్దరం కాఫీ కప్స్ వాష్ బేసిన్ దగ్గర పెట్టి సాక్షి దగ్గరకి వెళ్ళాం.

"బోర్ కొట్టలేదు కదా?" అడిగింది సాక్షి నన్ను చూస్తూనే.

"లేదు! అసలు టైమ్ తెలియలేదు" అన్నాను సౌమ్య ని చూసి చిరునవ్వుతో.

"గుడ్!" అని తన ఎక్స్టెన్షన్ తీసుకొని కాల్ చేసింది.

"ఆశ్రిత్! తన్వి ని లోపలికి పంపనా?" అడిగింది కాల్ లో.

…

"ఒకే!" అనిచెప్పి కాల్ కట్ చేసి నన్ను చూసింది.

"ఆ లెఫ్ట్ లో లాస్ట్ కేబిన్. హి ఈస్ వెయిటింగ్ ఫర్ యు!" అని దారి చూపించింది నాకు.

"ఆల్ ది బెస్ట్ తన్వీ!" అంది చిరునవ్వుతో.

"థాంక్ యు సాక్షి!" అని ఆశ్రిత్ కేబిన్ వైపు అడుగులు వేసాను.

Chapter - 5

ఆశ్రిత్

పొద్దున్న చూసిన అందమైన కళ్ళు డిస్టర్బ్ చేస్తూనే ఉన్నాయి. సెషన్ మధ్యలో ఒకసారి చూసేసరికి మాయం. చాలా నిరాశగా అనిపించింది. ఆ అమ్మాయి ఖచ్చితంగా మా కంపెనీ కాదు. కో వర్కింగ్ స్పేస్ కదా వేరే కంపెనీ ఎంప్లాయీ అయి ఉండొచ్చు.

డోర్ మీద చిన్నగా తట్టారు ఎవరో. "కం ఇన్!" అంటూ అటువైపు చూసాను.

నెమ్మదిగా తలుపు తెరుచుకుని లోపలి వచ్చింది ఒక అమ్మాయి. తన కాటుక కళ్ళు చూడగానే పోగొట్టుకున్నది ఏదో దొరికినట్టయ్యింది. థింక్ అఫ్ ది ఏంజెల్ అండ్ హియర్ షి ఈస్ అనుకున్నాను.

నా టేబుల్ దగ్గరికి వచ్చి "హాయ్ గుడ్ మార్నింగ్! నేను తన్వి" అని చేయి అందించింది కాన్ఫిడెంట్ గా.

"హై తన్వి! నైస్ టు మీట్ యు" అన్నాను నా సీట్ లోంచి లేస్తూ చేయి అందించి.

నా క్యాబిన్ లో ఉన్న సోఫా సెట్ వైపు చూపించి "అక్కడ కూర్చుందాం" అన్నాను.

తను అటువైపు కదిలింది కూర్చోవడానికి.

"తన్వి! ఏం తీసుకుంటారు? హాట్ ఆర్ కోల్డ్?" అడిగాను నా ఎక్స్టెన్షన్ లో ప్యాంట్రీ నెంబర్ డయల్ చేస్తూ.

"నో థాంక్ యు! నేను ఇప్పుడే కాఫీ తాగాను" అంది సోఫా లో కూర్చుని.

నా కోసం ఒక ప్రోటీన్ షేక్ పంపించమని చెప్పి కాల్ కట్ చేసాను.

"ఐ యామ్ సారీ ఫర్ మేకింగ్ యు వెయిట్" అన్నాను తనకి ఎదురుగా ఉన్న సోఫా లో కూర్చుంటూ.

వయస్సు ఒక ఇరవై ఐదు ఉంటుందేమో. స్కై బ్లూ కలర్ కాటన్ కుర్తా, వైట్ లెగ్గింగ్ వేసుకుంది. లాంగ్ హెయిర్ పిన్స్ పెట్టి వదిలేసింది. చెవులకి మెటల్ హ్యాంగింగ్స్, చిన్న నల్ల బొట్టు, కళ్ళకి కాటుక, పెదాలకి నాచురల్ కలర్ లిప్స్టిక్. చాలా సింపుల్ గా రెడీ అయినా మ్యాజికల్ గా వుంది. ఆ మొఖం మీద నుంచి చూపు తిప్పుకోవాలనిపించలేదు.

"నో ప్రాబ్లమ్! మీటింగ్ యు ఈస్ ఏ డ్రీమ్ కం ట్రూ!" అంది చిరునవ్వుతో.

"సాక్షి మీరు ఆప్ డిజైనర్ అని చెప్పింది. మరి ఫార్మ్ హౌస్ మేనేజర్ పోస్ట్ కి ఎందుకు ఇంటరెస్ట్ చూపించారు?"

"ఫ్రిలాన్స్ చేస్తాను. అమ్మా నాన్న ఈ మధ్య ఆక్సిడెంట్ లో చనిపోయారు. అన్నయ్య ఆస్ట్రేలియా లో

ఉంటాడు. కొన్ని పర్సనల్ రీసన్స్ వల్ల కొంత కాలం ఇంటికి దూరంగా ఉండాలని అనుకుంటున్నాను. నేను చేసేది ఫ్రీలాన్స్ కాబట్టి ఎక్కడినుంచైనా చెయ్యొచ్చు. మీ ఫార్మ్ హౌస్ అయితే ఆ పచ్చదనం లో రిలాక్స్ అవ్వొచ్చు."

"ఐ యామ్ సారీ ఫర్ యువర్ లాస్!" అన్నాను.

"థాంక్ యూ ఆశ్రిత్!"

"నా ఎక్స్‌పెక్టేషన్స్ సెట్ చేస్తాను. మా ఫార్మ్ లో కూరగాయలు, పండ్లు పండిస్తాము. అవి సిటీ లోని అనాథ ఆశ్రమాలకు సప్లై చేస్తాము. ఫార్మ్ లో పనిచేయడానికి ఇద్దరు రైతులు ఉన్నారు. మొక్కలకి నీళ్లు పెట్టడం, కూరగాయలు రోజు కొయ్యడం వాళ్ళు చేస్తారు. మేము సప్లై చేసే ఆశ్రమాల లిస్ట్ ఉంది. అందులో ఉన్న రెసిడెంట్స్ కి సరిపడే కూరగాయలు, పండ్లు పంపించాలి. ప్రతీ ఆశ్రమం కి షెడ్యూల్ రెడీ చేసుకోవాలి. ఇంకా ఇదే కాకుండా ఫార్మ్ మరియు ఫార్మ్ హౌస్ మెయింటెనెన్స్ చూసుకోవాలి. అంతే

ఎలక్ట్రిసిటీ బిల్స్, ఇంటర్నెట్ బిల్స్, ఇంటికి అవసరమైన సరుకులు, ఫార్మ్ కి అవసరమైన ఎరువులు, పురుగుల మందులు స్టాక్ పెట్టుకోవడం లాంటివి. నా హార్స్ కింగ్ కూడా ఉంది. దాన్ని చూసుకోవడానికి మనిషి ఉన్నాడు. కానీ అవసరమైనప్పుడు డాక్టర్ విజిట్స్ ఏర్పాటు చెయ్యాలి. నాకు వారం వారం రిపోర్ట్స్ పంపాలి. ఇంకా మీ సలహాలు ఏమన్నా ఉన్నా నాతో షేర్ చేసుకోవచ్చు. ఐ వెల్కమ్ ఎవరీథింగ్ గుడ్!" చెప్పడం పూర్తి చేసాను.

నేను మాట్లాడినంత సేపూ కళ్ళింత చేసుకుని చూస్తూనే ఉంది. ఆ కళ్ళలోకి ఇంకొంచం సేపు చూస్తే నన్ను నేను మర్చిపోతానేమో!

"అక్కడ స్టాఫ్ అంతా ఫ్యామిలీస్ తో క్వార్టర్స్ లో ఉంటారు. ఆ బిల్డింగ్ పెంట్హౌస్ లో మీరు ఉండొచ్చు. సండేస్ ఆఫ్. ఆర్ యు ఒకే విత్ థిస్?" అడిగాను ఆసక్తిగా.

"పర్ఫెక్ట్! ఫార్మ్ హౌస్ లో పండించినవి అనాథ ఆశ్రమాల కి ఇవ్వాలన్న మీ ఆలోచన బాగుంది. నచ్చిన పని కాబట్టి హ్యాపీ గా చేస్తాను" ఉత్సాహంగా బదులిచ్చింది.

"రైట్! నేను నెక్స్ట్ మండే ఫార్మ్ కి వెళ్ళినప్పుడు తీసుకెళ్తాను. మీకు అక్కడంతా చూపించడానికి వీలు ఉంటుంది. హెచ్చార్ సౌమ్య దగ్గర మీ ఆఫర్ లెటర్ తీసుకోండి" చిరునవ్వుతో చేయి అందించి నా సోఫా లోంచి పైకి లేచాను.

"థాంక్ యూ ఆశ్రిత్! మీ అంచనాలు మీట్ అవుతాను అనుకుంటున్నాను" అని తన చేయి అందించింది షేక్ హ్యాండ్ ఇస్తూ చిరునవ్వుతో.

నేను నా టేబుల్ దగ్గర చైర్ లో కూర్చుంటుండగా "ఆశ్రిత్, మీరు నన్ను నువ్వు అని అడ్రస్ చెయ్యండి. నేను అది ప్రిఫర్ చేస్తాను" అంది తలుపు దగ్గర నుంచొని.

"ఒకే!"

Chapter - 6

తన్వి

క్యాబిన్ లోంచి బయటకు రాగానే అప్పటివరకు బిగపెట్టిన ఊపిరి ఒక్కసారిగా పీల్చుకున్నాను.

ఆశ్రిత ని వీడియో బ్లాగ్స్ లో చూసినప్పుడు హ్యాండ్సమ్ గా ఉంటారు అనుకున్నాను కానీ ఇలా దగ్గరనుంచి చూసినప్పుడు ఒక్కక్షణం గుండె ఆగి కొట్టుకున్నదా అనిపించింది. టీషర్ట్, జీన్స్ వేసుకుని గడ్డం తో ఇలా మోడల్ లా కనిపిస్తారు అనుకోలేదు. ఆరడుగులు ఉంటారేమో! స్పోర్ట్స్ షూ లో అంతకంటే ఎక్కువే అనిపించారు. రోజూ తప్పకుండా ఒక గంట అయినా జిమ్ లో గడుపుతారేమో! ఆ బాడీ బిల్ట్, టైసెప్స్ చెపుతున్నాయి ఆ మాత్రం. ఆ జుట్టులోకి అస్సలు దువ్వెనెలా పోతుంది? ఇలా మోడల్ లాగ

తిరుగుతూ అమ్మాయిలకి కనిపిస్తే ఎంత పాపం? అందుకేనేమో సగం మంది అమ్మాయిలు తనను ఫాలో అయ్యేది అని నాలో నేను అనుకుంటూ సాక్షి వర్క్ స్టేషన్ దగ్గరికి వెళ్ళాను.

"సాక్షి! నన్ను హెచ్చార్ ని కలవమన్నారు ఆశ్రిత ఆఫర్ డీటెయిల్స్ కోసం, కొంచెం తన ప్లేస్ చూపించవా?" అడిగాను తన దగ్గరికి వెళ్తూనే.

"వెరీ గుడ్! అయితే ఆఫర్ కంఫర్మ్ అన్నమాట" అంది లేచి నన్ను ఫ్రెండ్లీ గా కౌగలించుకుని.

"ఇదంతా నీ వల్లే. అప్పుడప్పుడు గాలి మోసుకొచ్చిన కబుర్లు మనకి మంచి కూడా చేస్తాయి" అన్నాను చిరునవ్వుతో కన్నుకొడుతూ.

ఇద్దరం మనసారా నవ్వుకున్నాం.

"అవును సాక్షి నీకు ఎందుకు క్యాబిన్ లేదు?" అడిగాను హెచ్చార్ దగ్గరికి బయలుదేరుతూ.

"నాకు ఇలా ఫ్లోర్ లో అందరి మధ్య కూర్చోవడం ఇష్టం. ఎప్పుడన్నా మీటింగ్స్ కి వాడతాను నా క్యాబిన్. అదిగో సౌమ్య వర్క్ స్టేషన్" అని చూపించింది ఎదురుగా కాస్త దూరంలో ఉన్న వర్క్ స్టేషన్ వైపు.

"రా తన్వీ! ఇప్పుడే ఆశ్రిత ఇంఫార్మ్ చేశారు. ఇందాక కూర్చున్న డిస్కషన్ రూమ్ లో వెయిట్ చేస్తావా? నేను ఆఫర్ లెటర్ ప్రింట్స్ తీసుకుని వస్తాను" అంది.

...

ఆఫర్ తీసుకొని ఇంటికి వచ్చాను. శాలరీ బాగుంది, ఫుడ్, టెడ్ అక్కడే. నా ఫ్రీలాన్స్ వర్క్ కూడా ఎలాంటి ఆటంకం లేకుండా చేసుకోవచ్చు. ఇంతకంటే ఏం కావాలి? ఈ వారం అన్నా వదినలు వెళ్ళిపోతారు. తరువాత నా జాయినింగ్.

అమ్మా నాన్నల ఫొటో దగ్గర దీపం వెలిగించి నా ఆఫర్ లెటర్ పెట్టాను ఎదురుగా. "ఈ ఇల్లు, దానితో పాటు మీ జ్ఞాపకాలను నా దగ్గరే ఉంచుకోవడానికి ఈ

జాబ్ కొంత సాయం చేస్తుంది. నన్ను దీవించండి."
అడిగాను దణ్ణం పెట్టుకుంటూ.

పోయిన నెల ఈ టైం లో యూఎస్ లో డిజైన్ వర్క్ షాప్ లో ఉన్నాను. ఇప్పుడు ఇక్కడ ఇలా! ఎన్ని ఊహకందని మలుపులో ఈ కొద్దిరోజులలోనే.

రోజులు క్షణాల్లా గడిచిపోయాయి. అన్నా వదినలు బుధవారం వెళ్లిపోయారు. ఆ తరువాత రెండు రోజులూ ఇల్లు దులిపి అన్నీ సర్దేశాను. ఫ్రిడ్జ్ క్లీన్ చేసి ఎక్కువగా ఉన్న కూరగాయలు, పండ్లు అన్నీ పనిమనిషి లలిత కి ఇచ్చేసాను. చాలా తక్కువ బట్టలు సర్దుకున్నాను తీసుకెళ్ళడానికి. రెండు వారాలకి ఒకసారి ఇంటికి వచ్చి వెళ్ళొచ్చు, ఎలాగూ ఆదివారం సెలవే. నేను ఫార్మ్ హౌస్ కి వెళ్ళడానికి రెడీ!

శనివారం పొద్దున్న బాల్కనీ లో కూర్చుని డిజైన్ వర్క్ చేసుకుంటుండగా సాక్షి పలకరించింది తన బాల్కనీ లోంచి.

"హే తన్వీ! పొద్దున్నే లేచినట్టున్నావు?"

"అవును! నాకు పొద్దున్నే లేవడం అలవాటు. ఎర్లీ మార్నింగ్ వర్క్ మీద ఫోకస్ బాగుంటుంది."

"ఒకే! నువ్వు కూడా నీ బాస్ లాగే ఉన్నావు. అది సరే కానీ ఈ రోజు ప్లాన్స్ ఏంటి? నేనూ, సౌమ్య షాపింగ్ కి వెళ్తున్నాం నువ్వు కూడా రా!" అంది కొంచెం కూడా ఆపకుండా.

"సరే!" అన్నాను నవ్వుతూ.

పదిగంటలకు షాపింగ్ కి బయలుదేరుతుండగా అన్నోన్ నెంబర్ నుంచి మెసేజ్ వచ్చింది.

"హాయ్ తన్వి, గుడ్ మార్నింగ్! నేను వీకెండ్ ఫార్మ్ హౌస్ కి వచ్చాను. మండే మార్నింగ్ ఎనిమిది గంటలకి నిన్ను పిక్ చేసుకోవడానికి డ్రైవర్ వస్తాడు – ఆశ్రిత్"

"గుడ్ మార్నింగ్ ఆశ్రిత్, థాంక్ యు!" అని రిప్లై ఇచ్చి ఆశ్రిత్ నెంబర్ సేవ్ చేసుకున్నాను, 'హ్యాండ్సమ్ బాస్' అని!

Chapter - 7

ఆశ్రిత్

ఫార్మ్ హౌస్ లో ఉన్నప్పుడు పొద్దున్న నా వర్కౌట్ టైమ్ లో హార్స్ రైడింగ్ చేస్తాను. ఈరోజు పొద్దున్నే కింగ్ పైన రైడ్ కి వెళ్ళి ఫార్మ్ లో ఉన్న పాండ్ దగ్గర కొంచం సేపు కూర్చుని వచ్చాను. అక్కడి నుంచి ఫార్మ్ హౌస్ కి వచ్చి స్నానం చేసేసరికి మా కుక్ వెంకటేష్ బ్రేక్ఫాస్ట్ రెడీ చేసి ఉంచాడు.

మేడ మీద నా గది పక్కనే ఉన్న సిటౌట్ లోని డైనింగ్ టేబుల్ మీద కూర్చుని బ్రేక్ఫాస్ట్ చేస్తూ మా మండే మార్నింగ్ కాంపిటిటివ్ ఎనాలిసిస్ సెషన్ అటెండ్ అయ్యాను.

సెషన్ తరువాత నా మెయిల్స్ కి రెస్పాండ్ అవుతున్నప్పుడు డ్రైవర్ వచ్చాడు తన్వి ని తీసుకుని.

మేడ పైన నా వర్క్ స్టేషన్ నుంచి కనిపిస్తుంది కార్ రావడం.

బ్యాక్ డోర్ ఓపెన్ చేసుకుని తన్వి దిగింది తన లాప్టాప్ బ్యాగ్ తో. బ్రైట్ రెడ్ కలర్ కాటన్ చుడిదార్ వేసుకుంది. పాల మీగడలాంటి తన రంగుకి అది ఇంకా బ్రైట్ గా కనిపిస్తుంది. నడుం కిందకి దిగిన తన జుట్టు ని జడ వేసుకుంది ఈరోజు. రెడ్ కలర్ బొట్టు, కళ్ళకి కాటుక, పెదాలకి నాచురల్ షేడ్ లిప్స్టిక్ తో సింపుల్ గా మేకప్ చేసుకుంది. స్లిమ్ గా కనిపించే తనని చూస్తే క్యాలోరిస్ చెక్ లోనే ఉంచుకుంటుంది అని తెలుస్తుంది. తనని చూసే కొద్దీ అందమైన పెయింటింగ్ ని చూసినట్టు కళ్ళు తిప్పుకోబుద్ధి కాదు. ఏదో అమాయకమైన మెజిక్ ఉంటుంది ఆ మొఖం లో, ఆ చిరునవ్వు లో, ఆ కళ్ళలో.

ఒక్కసారి నన్ను నేను విదుల్చుకున్నాను ఆ మాయ లోంచి బయటకు రావడానికి. లేచి నిలబడి కిందకి చూస్తూ "తన్వి, పైకి రా! డ్రైవర్ బ్యాగ్స్ నీ క్వార్టర్స్ లో పెట్టేస్తాడు." అన్నాను.

"గుడ్ మార్నింగ్ ఆశ్రిత్! వస్తున్నాను" అంది పైకి చూసి చిన్న నవ్వుతో. ఒక రెండు నిమిషాల్లో పైకి వచ్చింది.

"కొంచెం కాఫీ తాగి వెళదాం. నీకు ఫార్మ్ చూపించి ఇక్కడి స్టాఫ్ ని పరిచయం చేస్తాను."

"ఓకే! మీ ఫార్మ్ చాలా బాగుంది. ఎన్ని ఎకరాలు ఉంటుంది?" అని అడిగింది.

"మొత్తం యాభై ఎకరాలు. నాకు ఫార్మింగ్ ఇష్టం. పూర్తిగా ఆర్గానిక్ ఫార్మింగ్ చేస్తాము ఇక్కడ. నా ఫస్ట్ పర్సనల్ అసెట్ ఇదే. ఇక్కడ టైమ్ స్పెండ్ చేస్తే మైండ్ రిఫ్రెష్ అవుతుంది నాకు."

ఈలోపు వెంకటేష్ కాఫీ తీసుకొని వచ్చాడు. ట్రే లోంచి ఒక కప్ తీసి తన్వి కి ఇచ్చి నేనొక కప్ తీసుకున్నాను.

"తను వెంకటేష్. మా ఫార్మ్ హౌస్ కుక్. వెంకటేష్ వైఫ్ మంజుల ఇంటి పని చేస్తుంది. వెంకటేష్, తను తన్వి, మన ఫార్మ్ కొత్త మేనేజర్. మీ క్వార్టర్స్ పెంట్

హౌస్ లో ఉంటుంది” అంటూ పరిచయం చేసాను ఇద్దరికీ.

కాఫీ అయ్యాక ఫార్మ్ కి తీసుకెళ్ళాను తన్విని. అక్కడ మా రైతులు రాజు, ఏడుకొండలు ని పరిచయం చేసి, ఏయే కూరగాయలు, పండ్లు పండిస్తామో వివరించాను.

అక్కడి నుంచి కింగ్ దగ్గరికి తీసుకెళ్ళాను. కింగ్ ని చూసుకోవడానికి ఉన్న మధు ని పరిచయం చేసి తన్వి కి క్యారట్ ఇచ్చి కింగ్ కి తినిపించమన్నాను. కొంచెం అలవాటు చెయ్యడానికి.

తను నా చేతిలోని క్యారట్ తీసుకొని కింగ్ కి తినిపిస్తూ “మీ ఫేసుబుక్ ప్రొఫైల్ పిక్చర్ లో కింగ్ మీద రైడ్ చేస్తున్నారు కదూ?” అంది ఉత్సాహంగా.

గట్టిగా నవ్వేసాను. “ఏంటి తన్వీ నన్ను ఫాలో అవుతున్నావా?” అడిగాను చనువుగా.

వెంటనే తన మొఖం ఎర్రగా కందిపోయింది. చూపులు వాల్చేసుకుంది మౌనంగా దొరికిపోయాను అన్నట్టు.

"హా జోక్ చేసాను! పబ్లిక్ ప్రొఫైల్స్ అందరూ చూడడానికే కదా?" అన్నాను.

కొంచెం రిలాక్స్ అయ్యింది చిన్న చిరునవ్వుతో.

"కింగ్ ని మధు చూసుకుంటాడు. నువ్వు వెటర్నరీ డాక్టర్ అప్పాయింట్మెంట్స్ చూసుకోవాలి" అన్నాను.

"తన్వీ, ఈ ఫార్మ్ నా మనస్సుకి ఇష్టమైన ప్రాజెక్ట్. బాగా మేనేజ్ చెయ్యాలి. స్టాఫ్ కి అవసరమైనవి టైమ్ కి సమకూర్చాలి. మనం పండించే కూరగాయలు, పండ్లతో కొంతమంది అనాథలైనా కడుపు నిండుగా భోజనం చెయ్యాలి. మేనేజర్ గా నీకు పూర్తి స్వాతంత్ర్యం ఉంది. మంచి నిర్ణయాలు తీసుకుని ఇక్కడి పంట ఇంకా పెంచాలి. పిల్లలకి వీలైనంత పౌష్టిక ఆహారం అందాలి" తన జాబ్ మీద నా అంచనాలను వివరించాను.

"తప్పకుండా ఆశ్రిత్! మీరు చేసే మంచి పనిలో నాకు అవకాశం ఇచ్చినందుకు మీ అంచనాలకు తగ్గట్టుగా మేనేజ్ చేస్తాను మీ ఫార్మ్ ని" అంది చిరునవ్వుతో.

"నాకు వీక్లీ రిపోర్ట్స్ కావాలి. నా ఈమెయిల్ కి పంపిస్తే సరిపోతుంది. అలాగే నువ్వు ఇది చేస్తే బాగుంటుంది అనుకునే ప్రతీ సలహా నాకు పంపించు. ఇక్కడ ఏది అవసరమైనా నాకు డైరెక్ట్ గా ఫోన్ చెయ్యి."

"ఒకే ఆశ్రిత్!" అంది నా కళ్ళలోకి చూసి కాన్ఫిడెంట్ గా.

"సరే నిన్ను నీ క్వార్టర్స్ దగ్గర దింపేసి నేను బయలుదేరుతాను" అన్నాను కింగ్ కి గుడ్ బై కిస్ ఇస్తూ.

Chapter - 8

తన్వి

స్టాఫ్ క్వార్టర్స్ మూడు అంతస్తులు ఉంది. గ్రౌండ్ ఫ్లోర్ అంతా పెద్ద స్టోర్ రూమ్ ఉంది. దాన్లో ఫార్మ్ కి కావలిసిన ఎరువులు, పురుగుల మందులు, పనిముట్లు ఉన్నాయి. కూరగాయలు తాజాగా ఉంచడానికి పెద్ద ఫ్రిడ్జ్ కూడా ఉంది ఒక మూల.

మొదటి అంతస్తు లో వెంకటేష్, రాజు, ఏడుకొండలు, మధు ల ఇళ్ళు ఉన్నాయి.

రెండవ అంతస్తులో మూడు వంతులు ఓపెన్ స్పేస్, ఒక వంతు లో నా పెంట్హౌస్ ఉంది. నా మేడ మీద నుంచి ఆశ్రిత రూమ్, సిటౌట్ డైరెక్ట్ గా కనిపిస్తున్నాయి. పెంట్హౌస్ లోపల స్టూడియో అపార్ట్మెంట్ లా ఉంది. సగం బెడ్రూమ్ కి, అటాచ్డ్ బాత్రూమ్ కి మాత్రమే పార్టిషన్స్

ఉన్నాయి. మిగతా ఇల్లంతా ఓపెన్ గా ఉంది. చిన్న డైనింగ్ టేబుల్, సోఫా సెట్, వాల్ మౌంట్ టీవీ, వర్క్ స్టేషన్, బెడ్రూమ్ లో డబుల్ కాట్ బెడ్ తో పూర్తిగా ఫర్నిష్డ్ హౌస్. వంట గది లో స్టవ్, మిక్సీ, మైక్రోవేవ్, ఫ్రిడ్జ్ ఉన్నాయి వంట సామానుతో సహా.

మొన్న షాపింగ్ కి వెళ్ళినప్పుడు మాటల మధ్యలో సౌమ్య అంది ఆశ్రిత్ పెంట్హౌస్ కి కావలిసిన ఇటమ్స్ ఆర్డర్ చేస్తున్నారు అని. ఈ ఇంటిని చూస్తే అర్థం అవుతుంది ఆశ్రిత్ కి తన ఉద్యోగుల మీద ఎంత శ్రద్ధ ఉందో. తన మీద గౌరవం రెట్టింపు అయ్యింది ఈరోజు ఇక్కడ ఫార్మ్, ఈ క్వార్టర్స్, అనాథలకు మంచి భోజనం పెట్టాలన్న తన తపన చూసాక.

డోర్ దగ్గర డ్రైవర్ పెట్టిన నా బ్యాగ్స్ లోపలికి తీసుకొచ్చాను. ఒక గంటలో నా బట్టలు అన్నీ వార్డ్రోబ్ లో సర్దేసుకుని, నా వర్క్ స్టేషన్ సెటప్ చేసుకున్నాను.

ఫ్రిడ్జ్ లో పాలు తీసుకుని కాఫీ పెట్టుకుంటుండగా మంజుల వచ్చింది టిఫిన్ బాక్స్ పట్టుకుని, "మేడం

భోజనం తీసుకొచ్చాను. ఈరోజు భోజనం ఇవ్వమని సారు చెప్పి వెళ్ళారు. మీరు ఎప్పుడు కావాలన్నా ఒకమాట చెప్పండి. బాక్స్ తీసుకొస్తాను." అలాగే నా లాప్‌టాప్ బ్యాగ్ తీసిచ్చింది తన భుజం మీద నుంచి, "ఇందాక వచ్చినప్పుడు అక్కడ పెట్టారంటమ్మా." అని.

"థాంక్ యు మంజుల! కాఫీ తాగి వెళ్ళు" అని తనకి కూడా కాఫీ ఇచ్చాను.

మంజుల వెళ్ళాక నా లాప్‌టాప్ లోకి లాగిన్ అయ్యాను. అప్పటికే నా మెయిల్ ఐడి, పాస్‌వర్డ్, ఇక్కడి వైఫై వివరాలు అన్నీ నా పర్సనల్ మెయిల్ కి పంపేసారు హెచ్‌ఆర్ డిపార్ట్‌మెంట్.

కంపెనీ నెట్‌వర్క్ లోకి లాగిన్ అయ్యాను. ఆశ్రిత నుంచి నాకు మొదటి మెయిల్ వచ్చింది వెల్కమ్ చెప్పుతూ. కొత్తగా చేరిన ఉద్యోగులందరికీ వస్తుందేమో ఈ మెయిల్. కానీ చూడగానే కొత్త ఉత్సాహం వచ్చింది.

చాట్ అప్లికేషన్ లోకి లాగిన్ అయ్యాను. సౌమ్య, సాక్షి ఆన్లైన్ లో ఉన్నారు. ఆశ్రిత్ ఇంకా సిటీ చేరుకొని ఉండరు తన స్టేటస్ ఆఫ్లైన్ చూపిస్తుంది.

"హాయ్ సాక్షి!" మెసేజ్ చేసాను సాక్షి కి.

"హాయ్ తన్వీ! లాగిన్ అయ్యావా అప్పుడే? ఎలా ఉంది అక్కడంతా?" ఎప్పటిలాగే గ్యాప్ ఇవ్వకుండా ఒకదాని తరువాత ఒక ప్రశ్న పంపేసింది.

"చాలా బాగుంది సాక్షి! నాకు ఈ అవకాశం నీవల్లే వచ్చింది. థాంక్ యు సో మచ్" అని స్మైలీ ఫేస్ చేర్చాను చివరిలో.

"డూ యువర్ బెస్ట్! నాకు మీటింగ్ టైమ్ అవుతుంది. మళ్ళీ చాట్ చేద్దాం" అని పంపింది.

"ఒకే, బై!" అని క్లోజ్ చేసాను చాట్.

Chapter - 9

తన్వి

తరువాతి రోజు నాలుగున్నరకే నిద్ర లేచాను ఎప్పటిలాగే. ఆరుగంటల వరకూ నా డిజైన్ వర్క్ చేసుకున్నాను. అది అయ్యాకా వాకింగ్ చేసొద్దామని బయలుదేరాను. ఫార్మ్ దగ్గరికి వెళ్ళేసరికి రాజు, ఏడుకొండలు చెట్లకి నీళ్ళు పడుతున్నారు.

"రాజు, కూరగాయలు, పండ్లు ఎప్పుడు కోస్తారు?" అని అడిగాను.

"ఎనిమిది గంటలకి మొదలు పెడతాం మేడం" అన్నాడు.

"సరే నేను ఎనిమిది గంటలకు వస్తాను" అని నా వాకింగ్ పూర్తి చెయ్యడానికి వెళ్ళిపోయాను అక్కడి నుంచి.

సరిగ్గా గంట తరువాత ఇంటికి వచ్చి స్నానం, బ్రేక్ఫాస్ట్ ముగించుకుని నా ఐప్యాడ్ తీసుకుని ఫార్మ్ దగ్గరికి వెళ్ళాను.

రాజు, ఏడుకొండలు కూరగాయలు, ఆకు కూరలు, పండ్లు కోసి ఒకదగ్గరికి చేర్చేసరికి పదకొండు గంటలయింది. అన్నీ విడివిడిగా తూకం వేసాము. లెక్కలు నా ఐప్యాడ్ లో నోట్ చేసుకున్నాను.

ఆరోజు సప్లై చేసే వంతు ఉన్న శరణాలయాల లో ఉన్న పిల్లల సంఖ్య ప్రకారం ఎంత అవసరం పడతాయో అంచనా వేసి ప్రతీ శరణాలయానికి వేరు వేరు గా ప్యాక్ చేసాము. ఒకొక్క ఆశ్రమం వంతు మూడు రోజులకి వస్తుంది. అప్పటి వరకూ సరిపోయేలా చూడాలి.

ఒకసారి ఆశ్రమాలకు వెళ్ళి అక్కడి లోటుపాట్లు తెలుసుకోవాలి స్వయంగా అనుకున్నాను.

మినీ వ్యాన్ లో కూరగాయలు ఎక్కించే సరికి ఒంటిగంట అయ్యింది. వ్యాన్ డ్రైవర్ కి సప్లై లిస్ట్ ఇచ్చి పంపించి ఇంటికి వచ్చి వంట చేసుకుని తిన్నాను.

మధ్యాహ్నం రెస్ట్ తీసుకుని సాయంత్రం కింగ్ తో కొంచెం టైం గడిపాను.

ఏడుగంటలకు క్వార్టర్స్ కి వచ్చి స్టాఫ్ అందరితో మీటింగ్ పెట్టుకున్నాను. వాళ్ళకి కావాల్సిన సామాన్ల లిస్ట్ రాసుకుని, రోజు ఈ టైం కి కలుద్దామని చెప్పాను.

తరువాత నా రూమ్ కి వచ్చి ఫ్రెష్ అయ్యి డిన్నర్ తింటూ టీవీ ముందు కూర్చుని నెట్ఫ్లిక్స్ లో నా ఫేవరెట్ సిరీస్ చూస్తుండగా నా ఫోన్ మోగింది. నా బెస్ట్ ఫ్రెండ్ అంకిత కాల్ చేస్తుంది.

"ఏం కాబోయే పెళ్ళికూతురా? అంతా రెడీయా పెళ్ళికి?" అడిగాను కాల్ లిఫ్ట్ చేస్తూనే.

"లేదు తన్వీ, ఇంకా చాలా షాపింగ్ ఉంది. నీ కొత్త జాబ్ ఎలా ఉంది?" అడిగింది.

"చాలా బాగుంది. ఆశ్రిత్ ఈస్ ఏన్ అమేజింగ్ పర్సన్. ఇప్పటివరకు అందగాడు, తెలివైన వాడు అనుకున్నాను...ఇంకా అందమైన మనస్సు ఉంది తనకి, నేను పడిపోయానే!" అన్నాను డ్రమాటిక్ గా.

గట్టిగా నవ్వేసింది. "నిన్ను ఇంతగా ఇంప్రెస్ చేసాడంటే చాలా స్పెషల్ పర్సనాలిటీ అయివుంటుంది!"

"అవును! చాలా స్పెషల్" అన్నాను.

"నువ్వు సిటీ లో కి వచ్చినప్పుడు నా షాపింగ్ కి హెల్ప్ చెయ్యాలి. సరేనా? నాకు ప్రామిస్ చేసావు."

"మర్చిపోను! అలసిపోయాను ఇంక, గుడ్ నైట్ అంకితా" అన్నాను.

"గుడ్ నైట్!" అని కాల్ కట్ చేసింది.

శుక్రవారం వరకూ ఇదే రొటీన్ తో టైమ్ గడిచిపోయింది. నేను ఫ్రిలాన్స్ సైట్ లో బిడ్ చేసిన ప్రాజెక్ట్స్ దాదాపుగా అన్నీ నాకే వచ్చాయి. రోజంతా అటు ఫార్మ్ హౌస్ పని, ఇటు డిజైన్ వర్క్ తో టైమ్ ఇట్టే గడిచిపోతుంది.

శనివారం పని అంతా అయ్యాక ఒక ఎక్సెల్ షీట్ లో ఇంటికి సంబంధించిన ఖర్చులు, ఫార్మ్ కి సంబంధించిన ఖర్చులు దేనికి అవి విడిగా ఎంటర్ చేసి

కలర్ కోడ్ చేసాను. వేరే షీట్ లో ఒక్కొక్క ఆశ్రమానికి ఏ రోజు ఏ కూరగాయలు సప్లై చేసామో ఎంటర్ చేసి నా సలహాలు కొన్ని కలిపి ఈమెయిల్ చేసాను. ఒకసారి ఆశ్రమాలకు స్వయంగా వెళ్ళి వస్తాను అని తెలిపాను.

రేపు నాకు ఫస్ట్ వీక్ ఆఫ్. మార్కెట్ కి వెళ్ళి నాకు కావల్సిన సామాన్లు కొనుక్కోవాలని అనుకుని, వాటి లిస్ట్ కూడా రాసుకుని పడుకున్నాను.

Chapter - 10

ఆశ్రిత్

శనివారం పొద్దున్న అక్క వాళ్ళ ఇంటికి వెళ్ళాను లంచ్ కి. సాయంత్రం వరుణ్, నేను నా ఇంటిలో ఒక పెగ్ వేసుకుంటూ ఇండియా, ఆస్ట్రేలియా మధ్య క్రికెట్ మ్యాచ్ ఎంజాయ్ చేద్దామని ప్లాన్ చేసుకున్నాము.

ఐదు గంటలకల్లా నా ఇంటికి వచ్చి ఐస్ క్యూట్స్, స్నాక్స్ రెడీ చేసుకున్నాము మ్యాచ్ కి ముందే. మ్యాచ్ చూస్తుండగా తన్వి నుంచి ఇ-మెయిల్ నోటిఫికేషన్ వచ్చింది మొబైల్ కి. మెయిల్ కి అటాచ్మెంట్ ఉండటం చూసి లాప్టాప్ అందుకుని లాగిన్ అయ్యాను. ఈ వారం రిపోర్ట్స్ పంపింది. అలాగే కొన్ని సలహాలు కూడా పంపింది. ఈ వారం ఆశ్రమాలకు స్వయంగా

వెళ్తున్నాను అని రాసింది. కింగ్ కి డాక్టర్ చెకప్ అయ్యింది అని కొన్ని ఫొటోస్ కూడా పెట్టింది.

తన రిపోర్ట్స్ అన్నీ ఒక్కొక్క క్యాటగిరీ కి ఒక్కో రంగు చొప్పున వేసి వివరంగా ఉన్నాయి. తన్వి తన డిజైన్ టాలెంట్ చూపించింది. ఆసక్తి గా తన డిజైన్ ప్రొఫైల్ ఓపెన్ చేసి చూసాను. తను ఇప్పటివరకూ చేసిన ప్రాజెక్ట్స్ డిజైన్స్ పొందుపరిచింది తన ప్రొఫైల్ లో. వాటిని చూస్తే మొదటికీ, ఇప్పటికీ తన లో చాలా అభివృద్ధి కనిపించింది.

అమ్మాయి బాగుంది, తన పనితనం బాగుంది. చేసే ప్రతీ పనిలోనూ అంకితభావం ఉంది. తన్వి మీద మంచి అభిప్రాయం కలిగింది.

"థాంక్ యు తన్వి! ఆశ్రమాలకు వెళ్ళి వచ్చాక నువ్వు పంపే వివరాల కోసం వెయిట్ చేస్తాను" అని రిప్లై ఇచ్చాను.

...

తరువాతి వారం వీక్లీ రిపోర్ట్స్ తో, తను ఆశ్రమాలకు వెళ్ళిన వివరాలు కూడా కలిపి పంపింది. మనం పంపే కూరగాయలు సరిపోతున్నాయి కానీ అక్కడ ఫ్రిడ్జ్ లేక వాడిపోతున్నాయి అనీ, పిల్లలకి పోషకాల కోసం పాలు, గుడ్లు కూడా సప్లై చేస్తే బాగుంటుంది అనీ సలహా ఇచ్చింది.

కూరగాయలు వాడిపోకుండా మన ఫ్రిడ్జ్ లో ఉంచి రోజూ సప్లై చెయ్యొచ్చు, కానీ దానివల్ల డెలివరీ కాస్ట్ పెరుగుతుంది. అందుకు ఆశ్రమాల లో ఫ్రిడ్జ్ సమకూర్చడమే మంచి పరిష్కరం అని అంది. పాలు, గుడ్లు మనం హోల్సేల్ మార్కెట్ లో కొని సప్లై చేస్తే బాగుంటుంది అని అభిప్రాయ పడింది.

ఈ వారం నేను ఆఫీస్ పని మీద అమెరికా వెళుతున్నాను. మూడు నెలలు అక్కడే ఉంటున్నాను అనీ, ఫ్రిడ్జ్ లు నేను ఇచ్చిన డెబిట్ కార్డు లో కొనమని చెప్పాను. పాలకి, గుడ్ల కీ కావాల్సిన అమౌంట్ మనం

ఎలా సమకూర్చుకోవచ్చో ఆలోచించమని రిప్లై ఇచ్చాను.

మా ఇద్దరి మధ్య ఫార్మ్ కి సంబంధించిన సంభాషణ ఈమెయిల్స్ లో జరుగుతుంది. అప్పుడప్పుడు వీడియో కాల్ చేసి ఫార్మ్ లో జరుగుతున్న వర్క్స్ చూపించింది. ఆశ్రమాలకు ఫ్రిడ్జ్ లు నేరుగా డిస్ట్రిబ్యూటర్స్ తో మాట్లాడి మంచి డిస్కౌంట్ తో కొన్నది.

ఫార్మ్ కి ఆనుకొని ఉన్న పాండ్ చుట్టూ ఐదెకరాల స్థలంలో లాన్, పూల మొక్కలు వేయించి కొన్ని గాజెబోలు ఏర్పాటు చేసింది. ఆ ప్లేస్ ఫ్యామిలీ పిక్నిక్స్ కి అద్దెకి ఇచ్చి, ఆ వచ్చిన డబ్బు తో పాలు, గుడ్లు సప్లై చెయ్యడం మొదలు పెట్టింది.

తన్వి నిజంగానే వర్క్ ని సొంతం చేసుకుంది. మనస్సు పెట్టి పనిచేస్తుంది. అదే విషయం సాక్షి కి మెసేజ్ చేసాను. ఇలా వచ్చినప్పుడు కంపెనీ లో టెస్ట్ పెరఫార్మర్స్ కి ఏమైనా తీసుకెళ్తాను. ఈసారి లిస్ట్ లో

తన్వి ని కూడా చేర్చాను. తనకి బోస్ బ్లూటూత్ స్పీకర్ కొన్నాను.

Chapter - 11

తన్వి

"గుడ్ మార్నింగ్ తన్వి, ఈరోజు ఫార్మ్ కి వస్తున్నాను ఫ్రెండ్స్ అండ్ ఫ్యామిలీ తో! అక్కడికి వచ్చినప్పుడు కలుస్తాను." శనివారం పొద్దున్నే మెసేజ్ వచ్చింది మా హెచ్. బి నుంచి. హెచ్. బి అంటే హ్యాండ్సమ్ బాస్! ఈ మధ్య మార్చ్ను ఎవరైనా చూస్తే బాగుండదు అని.

"గుడ్ మార్నింగ్ ఆశ్రిత్! మీకేమైనా ఏర్పాటు చేయించాలి అంటే చెప్పండి" మెసేజ్ చేసాను.

"ఆల్రెడీ వెంకటేష్ కి చెప్పాను" అని రిప్లై వచ్చింది.

ఒకే! అంటే ఈ శనివారం ఆశ్రిత్ కి నేరుగా రిపోర్ట్ చెయ్యాలి అన్నమాట. నా ప్రతీ సలహ ఒప్పుకున్నారు ఇప్పటివరకూ కానీ పెద్దగా అభినందించలేదు.

ఇప్పుడు నేరుగా మాట్లాడినప్పుడు తెలుస్తుంది ఆయన అభిప్రాయం.

శనివారం రోజు లాగే మొదలయ్యింది నా పని. పొద్దున్న బ్రేక్ఫాస్ట్ అయిపోయాక ఫార్మ్ దగ్గరికి వెళ్ళాను నా ఐప్యాడ్, లాప్టాప్ పట్టుకుని.

కూరగాయల ఫార్మ్ దగ్గర ఒక గ్లాస్ కేబిన్ వేయించుకున్నాను నా కోసం. దాని నిండా ఇన్డోర్ ప్లాంట్స్ పెట్టాను. గ్రాస్ ఫ్లోర్ కార్పెట్ వేసి ఒక మూల ఎల్ ఆకారంలో గోడకి ఆనించి రెండు దీవాన్ పరుపులు వేసాను. వాటి మీద కుషన్స్ వేసి, రెండు పరుపుల మధ్య ఒక చిన్న కాఫీ టేబుల్ ఏర్పాటు చేసాను. కాఫీ టేబుల్ మీద గ్లోబ్ ఆక్వేరియం లో రెండు గోల్డ్ ఫిష్ వేసాను. ఈ కేబిన్ గాజీబోలు కొన్నదగ్గరే తీసుకున్నానుఇదే నా ఆఫీస్ ఇక్కడ. రాజు వాళ్ళు కూరగాయలు అవీ కోసేవరకూ దాన్లో నా వర్క్ చేసుకుంటాను రోజు.

"గుడ్ మార్నింగ్ రాజు! గుడ్ మార్నింగ్ ఏడుకొండలు" నా ఫార్మ్ కొలీగ్స్ కి విష్ చేసాను వెళ్ళగానే.

"గుడ్ మార్నింగ్ మేడం!" వాళ్ళిద్దరూ అన్నారు చిరునవ్వుతో. వీళ్ళతో, వీళ్ళ ఫ్యామిలీస్ తో బాగా కలిసి పోయాను.

"మీ కొత్త పని అయిపోయాక పిలవండి నన్ను. కూలీలు అందరూ వచ్చారా?" అడిగాను.

కూరగాయలు కోసి తూకం వేసి వ్యాన్ కి ఎక్కించే సరికి చాలా లేట్ అవుతుంది అని కొంతమంది కూలీలని పెట్టాను కొద్ది గంటల పనికి.

వచ్చేసారు మేడం. ఇంక పని మొదలు పెడతాం." సమాధానమిచ్చాడు ఏడుకొండలు.

"ఒకే!" అని నా క్యాబిన్ లోకి వెళ్ళిపోయాను.

నా డిజైన్ వర్క్ లో పడి ఎంత టైం అయ్యిందో తెలియలేదు. ఒకసారి లేచి నిలబడి చిన్న చిన్న స్ట్రెచెస్

చేసి ఎదురుగా చూసేసరికి ఆశ్రిత్ నిలబడి ఉన్నారు చిరునవ్వుతో.

"హాయ్ ఆశ్రిత్!" అన్నాను నా టీషర్ట్ సరిచేసుకుంటూ.

Chapter - 12

ఆశ్రిత్

శనివారం పొద్దున్న పది గంటలకి ఫార్మ్ హౌస్ చేరుకున్నాము అక్క, వరుణ్, సాక్షి, నేను. వాళ్యంతా రిఫ్రెష్ అవ్వడానికి ఇంటి లోపలి వెళ్యారు. నేను ఫార్మ్ దగ్గరికి నడిచాను ఇప్పుడు కోతల పని జరుగుతుంది కదా చూద్దామని. తన్వి వచ్చాక చాలా మార్పులు వచ్చాయి. పూల మొక్కలు వేసింది దారి పొడవునా.

రాజు, ఏడుకొండలు పనిలో ఉన్నారు కొంత మంది కూలీలతో. నేను వచ్చింది చూడలేదు వాళ్ళు. తన్వి క్యాబిన్ వైపు వెళ్లాను. క్యాబిన్ తలుపు తెరిచే ఉంది.

తను లాప్‌టాప్ లో వర్క్ చేసుకుంటుంది. కింద పరుపు మీద కూర్చొని గోడకి జారపడి కాళ్ళు

చాపుకుని కూర్చుంది. ఒళ్ళో ఒక కుషన్ పెట్టుకుని దాని మీద లాప్టాప్ పెట్టుకుంది.

ఈరోజు జీన్స్, టీషర్ట్ వేసుకుంది. తన లాంగ్ హెయిర్ లూజ్ గా ముడి వేసి అది ఊడకుండా పెన్సిల్ గుచ్చింది. తన లాప్టాప్ వంక చూస్తూ ఏదో ఆలోచిస్తుంది.

ఒక రెండు నిమిషాలు అలాగే చూస్తూ ఉండిపోయాను తనని. ఇంతలో ఒక నిట్టూర్పు విడిచి లాప్టాప్ కుషన్ తో సహా పరుపు మీద పెట్టి లేచి నుంచుంది. తన రెండు చేతులూ పైకి పెట్టి ఒకదాని తో ఒకటి పట్టుకుని సైడ్ కి వంగి స్ట్రెచ్ చేసింది. అలా స్ట్రెచ్ చేసిన పొజిషన్ లో ఉండగానే నన్ను చూసింది. వెంటనే నిటారుగా నిలబడి "హాయ్ ఆశ్రిత్!" అని పలకరించింది టీషర్ట్ సరిచేసుకుంటూ.

నన్ను చూసినప్పుడు ఇంత పెద్దగా అయ్యే కళ్ళు నన్ను వెంటాడుతూనే ఉంటాయి నేను నాతో ఉన్నప్పుడు.

"హోయ్ తన్వి! లుక్స్ లైక్ యు గాట్ కంఫర్టేబుల్ అరౌండ్" అన్నాను చిరునవ్వుతో.

"ఎస్ ఆశ్రిత్! వెరీ మచ్" అంది చిరునవ్వుతో నా వైపు వస్తూ.

"నీ క్యాబిన్ ఆర్టిస్టిక్ గా ఉంది తన్వి. వెరీ నైస్!" అంటూ చుట్టూ చూసాను.

"థాంక్ యు ఆశ్రిత్! రండి కూర్చోండి." అంది.

నేను కూర్చునే లోపు ఒక కప్ లో హాట్ వాటర్ వేసి గ్రీన్ టీ బ్యాగ్ వేసి నాకందించింది.

టీ సిప్ చేస్తుంటే లాప్టాప్ లో తన డిజైన్ మీద పడింది నా దృష్టి.

"అప్లికేషన్ డిజైన్ చేస్తున్నావా?" అడిగాను.

"అవును ఒక దగ్గర బ్లాక్ అయ్యాను. యూజర్ ఇంటరాక్షన్ ఇంకా సులువు చేద్దామని చూస్తున్నాను."

"నేను చూడనా?" అడిగాను లాప్టాప్ నా చేతిలోకి తీసుకుంటూ.

"తప్పకుండా" అని అటూ ఇటూ వెతికింది దేనికోసమో. "ఇక్కడే ఎక్కడో పెన్సిల్ పెట్టాను" అంది.

చిన్నగా నవ్వి తన హెయిర్ లో ఉన్న పెన్సిల్ తీసి ఇచ్చాను. "ఇదేనా వెతుకుతున్నావు?" అని.

నేను పెన్సిల్ తియ్యగానే తన జుట్టు వదులుగా పడిపోయింది కిందకి.

"ఓహ్! మర్చిపోయాను" అంది చిరునవ్వుతో పెన్సిల్ తీసుకుని.

పెన్సిల్ తో స్క్రిన్ పైన పాయింట్ చేసి చూపించింది తను ఎక్కడ బ్లాక్ అయ్యిందో. నాకు కరెక్ట్ అనిపించిన సలహా ఇచ్చాను. మధ్యలో రాజు వచ్చాడు తన్వి కోసం.

నన్ను చూడగానే "గుడ్ మార్నింగ్ సర్! బాగున్నారా?" అని అడిగాడు.

"గుడ్ మార్నింగ్ రాజు!" అని తన క్షేమం కూడా కనుక్కున్నాను.

"మేడం, కోతలు అయిపోయాయి" అన్నాడు తన్వి తో.

నేను, తన్వి, రాజు వెనుక వెళ్ళాము. ఈ లోపు ఏడుకొండలు ఇంకో ఇద్దరు థర్మాకోల్ బాక్సులు పట్టుకుని వచ్చారు.

"అందులో ఏమున్నాయి ఏడుకొండలు?" అని అడిగాను.

ఏడుకొండలు బాక్సులు కిందపెట్టి మూతలు తెరిచాడు. వాటిల్లో చేపలు ఉన్నాయి ఐస్ మీద.

"ఇవి ఎక్కడివి?" అడిగాను.

"మన పాండ్ లో సీడ్స్ వేసాము ఆశ్రిత్. ఈ వారం నుంచే సప్లై చేస్తున్నాము ఆశ్రమాలకు" చెప్పింది తన్వి.

"వెరీ గుడ్ తన్వి! ఈ ఆలోచన రాలేదు మాకెవ్వరికీ" అన్నాను ఉత్సాహంగా.

"థాంక్ యు ఆశ్రిత్!" అంది సిగ్గుపడుతూ.

తరువాత కూరగాయలు తూకంవేసి ప్యాక్ చేసి వ్యాన్ ఎక్కించారు. తన్వి ఆశ్రమాల వివరాలు ఉన్న పేపర్స్ డ్రైవర్ కి ఇచ్చింది.

వ్యాన్ బయలుదేరాకా మేమిద్దరం ఫార్మ్ హౌస్ వైపు బయలుదేరాము.

"మనస్ఫూర్తిగా చెప్తున్నాను తన్వి. నువ్వు నా అంచనాలకు మించి పని చేస్తున్నావు" అన్నాను నడుస్తూ.

"ఎక్కువ లిబర్టీ తీసుకుంటున్నానేమో అని భయపడ్డాను. మీకు నా పని నచ్చినందుకు హ్యాపీ గా ఉంది" అంది నా పక్కనే నడుస్తూ.

ఫార్మ్ హౌస్ గేటు నా కుడి చేతి వైపు, తన క్వార్టర్స్ కి వెళ్ళే రోడ్ నా ఎడమ చేతి వైపు ఉన్న జంక్షన్ దగ్గరికి వచ్చి ఆగాము.

"ఫార్మ్ హౌస్ కి రా తన్వీ, మాతో లంచ్ చెయ్యి" అని ఆహ్వనించాను.

"లేదు ఆశ్రిత్! పొద్దున్నే వంట చేసుకున్నాను. ఇంకోకసారి వస్తాను" అంది చిరునవ్వుతో.

"మీకు ఈ వారం రిపోర్ట్స్ డైరెక్ట్ గా ఇస్తాను" అంది.

"సరే!" అని నేను నా ఫార్మ్ హౌస్ గేటు తీసుకుని లోపలికి వెళ్ళిపోయాను.

తను క్వార్టర్స్ వైపు వెళ్ళింది.

Chapter - 13

తన్వి

నా ఇంటికి వచ్చి ఫ్రెష్ అయి భోజనం ప్లేట్ లో పెట్టుకుని టీవీ ముందు కూర్చున్నాను నేను చూస్తున్న సిరీస్ తరువాతి ఎపిసోడ్ ప్లే చేసి.

భోజనం పూర్తి అయ్యాక ఫోన్ లో మెసేజ్ నోటిఫికేషన్ వచ్చింది ఆశ్రిత్ నుంచి.

"సాయంత్రం టీ అండ్ డిన్నర్ కి ఫార్మ్ హౌస్ కి రా తన్వి. ఆరుగంటలకి వచ్చెయ్యి" అని మెసేజ్.

"ఒకే ఆశ్రిత్!" అని రిప్లై ఇచ్చాను.

వెంటనే రాజు కి ఫోన్ చేసి ఈరోజు మన మీటింగ్ ఐదు గంటలకే చేసుకుందామని చెప్పాను.

సాయంత్రం మీటింగ్ అయ్యాక నా రూమ్ కి వచ్చి ఉల్లిపాయ పకోడి చేసి హాట్ ప్యాక్ లో పెట్టాను.

తరువాత స్నానం చేసి వైట్ కలర్ చుడిదార్ పైన మెరూన్ కలర్ బాందినీ దుపట్టా వేసుకున్నాను. చెవులకి వైట్ మెటల్ జుంకాలు పెట్టి, నా హెయిర్ లూజ్ గా వదిలేసుకొని ఎప్పటిలాగే చిన్న నల్ల బొట్టు, కళ్ళకి కాటుక, పెదాలకి నాచురల్ షేడ్ లిప్‌స్టిక్ వేసుకుని రెడీ అయ్యాను. ఒకసారి అద్దంలో చూసుకుని హాట్ ప్యాక్ పట్టుకుని బయలుదేరాను ఫార్మ్ హౌస్ కి.

ఫార్మ్ హౌస్ గేటు తీస్తుండగా, "హేయ్ తన్వి! పైకి వచ్చెయ్యి నేరుగా" అని వినిపించింది సాక్షి గొంతు.

"హేయ్ సాక్షి! గుడ్ టు సీ యు!" అన్నాను హ్యాపీ గా.

పైన ఆశ్రిత్ సిటౌట్ లోకి వెళ్ళాను.

సౌమ్య, ఆశ్రిత్, సాక్షి తో పాటు ఇంకొక అతను ఉన్నారు సోఫా సెట్ దగ్గర.

"హేయ్ తన్వి!" అని సౌమ్య తన సోఫా ఖాళీ చేసి ఆశ్రిత్ పక్కన కూర్చుంది.

"హాయ్ సౌమ్య!"

"రా తన్వి! ఏదో తీసుకొచ్చినట్టున్నావు?" అన్నారు ఆశ్రిత్.

"పెద్దగా ఏమీ లేదు ఆశ్రిత్! కొంచెం పకోడీ చేసాను టీ లోకి" అన్నాను సౌమ్య ఖాళీ చేసిన సోఫా లో కూర్చుని హాట్ ప్యాక్ టేబుల్ మీద పెడుతూ.

"తన్వీ! తను సౌమ్య మా అక్క, మన కంపెనీ హెచ్చార్ గా నీకు ముందే తెలుసు. తను వరుణ్ మా బావ, మన కంపెనీ సిఎఫ్ఓ" అని పరిచయం చేసారు ఆశ్రిత్.

"హాయ్ వరుణ్, నైస్ టు మీట్ యు!" వరుణ్ ని పలకరించాను.

"సౌమ్య మీ అక్క అని తెలియదు" అన్నాను ఆశ్రిత్ తో.

"మేమిద్దరం కవలలం. నేను ఆశ్రిత్ కన్నా నాలుగు నిమిషాలు పెద్ద" అంది సౌమ్య చిరునవ్వుతో.

"వీళ్ళందరూ చిన్నప్పటినుంచీ ఫ్రెండ్స్. నేను ఇంజనీరింగ్ లో కలిసాను గ్యాంగ్ లో" అంది సాక్షి.

"ఓహ్!" అన్నాను ఆశ్చర్యపడుతూ.

"సరే మీ గర్ల్స్ చిల్ అవ్వండి. నేను, ఆశ్రిత్ టీ తీసుకొస్తాము" అని లేచారు వరుణ్.

ఇద్దరూ అక్కడే ఒక మూల ఉన్న ఓపెన్ కిచెన్ కౌంటర్ వైపు వెళ్ళారు.

ఆశ్రిత్ స్లీవ్లెస్ టీషర్ట్, జాగర్ పాంట్స్ వేసుకున్నారు. తన కుడి భుజం దగ్గర చేతి పై భాగం లో సింహం మొఖం టాటూ ఉంది పెద్దగా. షార్ప్ గా ఉండే తన ఫీచర్స్, గడ్డం, ట్రెండీ హెయిర్ స్టైల్ తో హాలీవుడ్ హీరో లా ఉన్నారు.

వీళ్ళంతా ఇంత క్లోజ్ కదా, ఆశ్రిత్ కి సాక్షి కి మధ్య ఏమైనా ఉందా? అనిపించింది. ఆ ఆలోచన నచ్చలేదు. కొంచెం అసూయ గా అనిపించింది. అంతలో నాలో నేనే నవ్వుకున్నాను నా పిచ్చి ఆలోచనలకి.

"ఆశ్రిత్ చెప్పాడు నీ వర్క్ గురించి. తను చాలా హ్యాపీ గా ఉన్నాడు తన్వీ. మధ్యాహ్నం మన పాండ్ లో చేప వండాడు వెంకటేష్. నువ్వు చాలా మంచి పనులు చేస్తున్నావు. పిల్లలు కూడా ఎంజాయ్ చేసి ఉంటారు చేపల కూర" అంది సౌమ్య.

"నా జాబ్ నేను కూడా ఎంజాయ్ చేస్తున్నాను సౌమ్యా!" అన్నాను సంతోషంగా.

అలాగే ఏవో కబుర్లు చెప్పుకుంటుండగా ఆశ్రిత్ వాళ్ళు వచ్చారు టి తీసుకుని. నేను పకోడీ సర్వ్ చెయ్యడానికి ప్లేట్ కోసం కిచెన్ కౌంటర్ కి వెళ్ళి తిరిగి వచ్చేసరికి ఆశ్రిత్ పక్కన మాత్రమే ప్లేస్ ఉంది. కొంచెం తడబడినా అది కనిపించకుండా కూర్చున్నాను. ముందుకి జరిగి ప్లేట్ లో పకోడీ సర్వ్ చేసాను.

టి, పకోడీ తో పాటు మంచి కబుర్లు కూడా ఎంజాయ్ చేసాము అందరం.

Chapter - 14

ఆశ్రిత్

తన్వి వైట్ కలర్ చుడిదార్ లో చాలా అందంగా ఉంది. తన మీద నుంచి చూపు తిప్పుకోవాలనిపించట్లేదు. ఆ కళ్ళు ఎన్ని భావాలు పలుకుతాయో! తను పక్కన కూర్చున్నప్పుడు గుండె వేగం పెరుగుతుంది. చాలా మంది అమ్మాయిలను చూసాను ఇప్పటివరకూ. కానీ ఇలా ఎప్పుడూ అనిపించలేదు. తను నా పక్కన కూర్చున్నప్పుడు తడబడినట్టు అయ్యింది. మా ఇద్దరి ఫీలింగ్స్ పరస్పరం ఒకటేనా అనిపించింది.

సాక్షి వెళ్ళి నా రూమ్ లోంచి కార్డ్స్ తీసుకొచ్చింది.

"నాకు కార్డ్స్ ఆడటం రాదు" అంది తన్వి.

"నో ప్రాబ్లెమ్! ఆడటానికి కాదు టవర్ బిల్డ్ చేద్దాం. ఎవరు ఎక్కువ అంతస్తులు కడతారో వాళ్ళు విన్నర్" అంది.

"రెడీ!" అన్నాము అందరం ఒకేసారి.

వరుణ్ ఫస్ట్ స్టార్ట్ చేసాడు. రెండంతస్తుల వరకూ బాగానే ఉంది. మూడోవ అంతస్తు కడుతుండగా కూలిపోయింది.

"ఇప్పుడు నువ్వు ట్రై చెయ్యి తన్వీ!" అంది సాక్షి.

తన్వి నా పక్క నుంచి లేచి కింద కార్పెట్ మీద కూర్చుని కాఫీ టేబుల్ మీద బిల్డ్ చెయ్యడం స్టార్ట్ చేసింది. కళ్ళింత చేసుకుని దాని పైనే దృష్టి పెట్టి అమర్చుతుంది పేక ముక్కలు. ఆ కాటుక కళ్ళనే చూస్తున్నాను నేను. ఈ కళ్ళు నా బలహీనత అయిపోతున్నాయి. ఎంత సేపు చూసినా అలాగే చూడాలనిపిస్తాయి.

మూడోవ అంతస్తు వరకూ బాగానే కట్టింది. అప్పుడే నా వంక చూసి చిన్నగా తడబడింది. టవర్ కూలిపోయింది.

"గుడ్ ట్రై తన్వి, ఇప్పటివరకూ నీదే పెద్దది" అన్నాడు వరుణ్.

తన్వి లేచి కొంచెం బాధగా మొఖం పెట్టి నా పక్కన వచ్చి కూర్చుంది.

"వెల్ డన్ తన్వీ!" అన్నాను తన వైపు చూస్తూ.

నా మొఖం లోకి చూసి నవ్వింది. "థాంక్ యు ఆశ్రిత్!"

"నన్ను చూసి డిస్టర్బ్ అయ్యావా?" అడిగాను తనకే వినబడేటట్టు.

నా కళ్ళలోకి కంగారుగా చూసి లేచి నిలబడింది. అప్పటివరకు వాళ్ళ కబుర్లలో మునిగిపోయిన మిగతా అందరూ తన్వి వైపు చూసారు ఒక్కసారిగా.

"నేను వాటర్ తాగి వస్తాను" అని కిచెన్ కౌంటర్ వైపు వెళ్ళింది.

తన తడబాటుకు చిన్నగా నవ్వుకున్నాను. సిగ్గు పడినప్పుడు ఎర్రగా కందిపోయే తన మొఖం ముద్దుగా ఉంటుంది. పదేపదే చూడాలనిపిస్తుంది.

"ఏంట్రా ఆశ్రిత్? నేను గమనిస్తూనే ఉన్నాను" అంది సాక్షి మెల్లగా నా చెవి దగ్గర.

"అంతగా తెలిసిపోతుందా?"

"చాలా!" అంది నవ్వుతూ.

తన్ని వెనక్కి రావడంతో టాపిక్ మార్చి "ఇప్పుడు నువ్వు ట్రి చెయ్యి ఆశ్రిత్. తరువాత సౌమ్య, ఆ తరువాత నేను" అంది.

నా టవర్ రెండు అంతస్తులు తరువాత కూలిపోయింది. నా తరువాత అక్క కూర్చుంది తన లక ట్రి చెయ్యడానికి.

"నేను వంట స్టార్ట్ చేస్తాను. మీరు కంటిన్యూ చెయ్యండి" అని లేచాను.

"మీరు చేస్తారా?" అడిగింది తన్వి ఆసక్తి గా.

"ఎస్! అప్పుడప్పుడు ఫ్రెండ్స్ కోసం చేస్తాను. ఈ రెండు రోజులూ వెంకటేష్ కి సెలవు ఇచ్చేసాను" అని కిచెన్ వైపు వెళ్ళాను.

"నేను మీకు సాయం చేస్తాను" అని నా వెనుక వచ్చింది తన్వి.

Chapter - 15

ఆశ్రిత్

"ఆశ్రిత్, నేను టవర్ బిల్డ్ చేస్తున్నప్పుడు నన్ను ఎంకరేజ్ చెయ్యట్లేదు నువ్వు" అంది సాక్షి నా వెనుక నుంచి.

"అక్కడ నుంచి ఎంకరేజ్ చేస్తాను. బాగా ఫోకస్ చెయ్యి" అన్నాను.

అక్క తన టవర్ స్టార్ట్ చేసింది. ముగ్గురూ వాళ్ళ లోకంలో మునిగిపోయారు.

"నేను ఏం చెయ్యను?" కిచెన్ కౌంటర్ లో కి వెళ్ళాక అడిగింది తన్వి.

"సలాడ్ కోసం వెజిటబుల్స్ కట్ చెయ్యి."

తను ఫ్రిడ్జ్ లో సలాడ్ కోసం వెజిటబుల్స్ తీసుకుంటుండగా నేను ప్లాట్ఫారం పైన కటింగ్ బోర్డు,

చాకు పెట్టాను. తను వెజిటబుల్స్ సింక్ లో క్లీన్ చేసుకుని కట్ చెయ్యడం స్టార్ట్ చేసింది.

నేను ఫ్రిడ్జ్ లోంచి మ్యారినేట్ చేసిన చికెన్ తీసాను. ఇంతలో తన్వి తన కళ్ళలోకి జుట్టు పోతుంటే భుజం తో పక్కకి తోసుకోవడానికి ట్రై చేస్తుంది.

"లెట్ మీ హెల్ప్ యు!" అని తన దుపట్టా తీసి హెయిర్ వెనకాల పట్టుకుని పోనీటైల్ లాగ దుపట్టా తో ముడి వేసాను. మళ్ళీ తన్వి మొఖంలో అదే అందమైన ఎరుపు.

"నీ హెయిర్ లూజ్ గా వదిలేస్తే బాగుంటుంది." అన్నాను. ఆ మొఖం ఎరుపు ఇంకాస్త డార్క్ అయ్యింది.

"ఆర్ యు ఫ్లర్టింగ్ విత్ మీ ఆశ్రిత్?" అడిగింది సడన్ గా వెజిటబుల్స్ కట్ చేస్తూనే.

"నేను ఏమైనా అంటే కందిపోయే నీ మొఖం బాగుంటుంది తన్వీ!" అన్నాను నవ్వుతూ.

తను కూడా అందంగా నవ్వింది.

ఇంతలోనే సాక్షి అరుపులు వినిపించాయి "నేనే విన్నర్!" అని.

ఐదంతస్తులు కట్టింది. మేమిద్దరం ఇక్కడినుంచే క్లాప్స్ కొట్టి అభినందించాము.

ఇంతలో అక్క నా కళ్ళలోకి చూసి ప్లాటుఫామ మీద నా మొబైల్ వైపు కళ్ళతోనే సైగ చేసింది. నాకేదో మెసేజ్ పంపినట్టుంది. నోటిఫికేషన్ కనిపిస్తుంది. ఓపెన్ చేసి చూసాను. నేను తన్వి కి పొనీటైల్ కడుతున్న ఫొటో.

అబ్బా దొరికిపోయానా! అన్నట్టు ఇబ్బందిగా ఒక స్మైల్ ఇచ్చాను. అక్క గట్టిగా నవ్వేసింది. మిగతా వాళ్ళందరికీ అర్థం కాక తన వంక అయోమయంగా చూసారు.

"రైస్ ఆ, చపాతీ ఆ, చికెన్ కూరలోకి?" టాపిక్ మార్చాను.

అంతా చపాతీ అన్నారు.

"నేను పిండి కలిపేస్తాను. వెజిటబుల్స్ కటింగ్ అయిపోయింది." అంది తన్వి.

"సీఈఓ గారు ఎప్పుడూ మన అందరితో పని చేయించుకుంటారు. ఎప్పుడో ఒకప్పుడు మనకు వంట చెయ్యనీ తన్వీ. నువ్వు కూడా వచ్చి ఇక్కడ కూర్చో" అంది సాక్షి.

"పర్వాలేదు, నాకు ఏదో ఒక పని చెయ్యకపోతే కానీ తోచదు" అంది తన్వి.

తన్వి నా పక్కన ఉంటే బాగుంది. కొంచెం అల్లరి ఊహలతో ఏదో కొత్త ఉత్సాహం వస్తుంది.

"తన్వీ నువ్వు చేసిన పకోడీ చాలా బాగుంది. ఇందాక చెప్పలేదు నేను." అన్నాను కూర కలుపుతూ.

"థాంక్ యు!" అంది నన్ను చూసి చిరునవ్వుతో.

Chapter -16

తన్వి

పిండి కలపడం పూర్తిచేసి, ప్లాట్ఫారం క్లీన్ చేసి దాని మీద చపాతీలు చెయ్యడం స్టార్ట్ చేసాను. ఆశ్రిత్ పాన్ పెట్టారు ఒక బర్నర్ పైన. నేను చపాతీలు చేస్తుంటే తను కూర చూసుకుంటూ చపాతీలు కాలుస్తున్నారు.

"బాయ్ ఫ్రెండ్ ఉన్నాడా తన్వి?" సడన్ గా అడిగారు చపాతి కాలుస్తూ.

"బాయ్ ఫ్రెండ్ ఉంటే ఇక్కడ ఎందుకు ఉంటాను ఆశ్రిత్? నెక్లెస్ రోడ్ దగ్గరో, లుంబిని పార్క్ లోనో ఉంటాను కదా?" అన్నాను నవ్వుతూ.

"ఈరోజుల్లో కూడా పార్కులకి వెళ్తున్నారా లవర్స్?" అడిగారు తను కూడా నవ్వుతూనే.

"మీరైతే ఎక్కడికి తీసుకెళ్తారు?"

"నేను నా ఇంటికి తీసుకు వెళ్ళి వండి పెట్టి, ఒళ్ళో పడుకుని కబుర్లు చెప్తాను." అన్నారు కొంచం సిన్సియర్ గా నా కళ్ళలోకి చూస్తూ.

కొంచెం సేపు చూపు తిప్పుకోలేకపోయాను నేను. ఇంతలోనే తేరుకుని "మీరు చాలా రొమాంటిక్ ఆశ్రిత్" అని నవ్వేసాను.

"కానీ అలా కబుర్లు చెప్పడానికి ఇంత వరకూ అమ్మాయి దొరకలేదు" అన్నారు చికెన్ కర్రీ రుచి చూస్తూ.

"ఇంత మంది అమ్మాయిలు ఉన్నారు. ఒక్కరు కూడా నచ్చలేదా?" అన్నాను కుతూహలంగా.

"ఇప్పటివరకూ నీలా ఎవరూ కనిపించలేదు తన్వీ"

కొంచెం సేపు ఏం మాట్లాడాలో అర్థం కాక మౌనంగా ఉండిపోయాను.

"అదిగో మళ్ళీ అదే ఎరుపు ఆ మొఖం లో" నవ్వుతూ అన్నారు మళ్ళీ తానే.

ఇంతలో వరుణ్ వాళ్ళు గట్టిగా నవ్వుతుంటే అటువైపు చూసి మా టాపిక్ లోంచి బయటపడ్డాము.

"మీ ఫ్రెండ్స్ అంతా చాలా క్లోజ్ కదా?" అడిగాను.

"ఎస్! నా ఫ్రెండ్స్ వాళ్ళే, నా ఫ్యామిలీ కూడా వాళ్ళే."

"మీ పేరెంట్స్?"

"అమ్మ ఈ మధ్య చనిపోయింది, అక్క పెళ్ళి అయ్యాక. నాన్న గురించి మాట్లాడ్డం ఇష్టం ఉండదు"

"ఓహ్! ఐ యామ్ సారీ"

"థాంక్ యు!"

అందరం కలిసి సిటౌట్ లోని డైనింగ్ టేబుల్ దగ్గర కూర్చుని భోజనం చేసాము. డిన్నర్ అయ్యాక కొంచెం సేపు మళ్ళీ టవర్స్ బిల్డ్ చేసాము కార్డ్స్ తో. వీళ్ళతో సరదాగా గడిపేస్తుంటే టైమే తెలియలేదు. మొబైల్ లో ఏదో నోటిఫికేషన్ వస్తే టైమ్ చూసాను.

"అప్పుడే పదిన్నర అయ్యింది! రేపు నా ఫ్రెండ్ పెళ్ళికి వెళ్ళాలి. నేను బయలుదేరుతాను." అని లేచాను.

"ఒక్క నిమిషం తన్వి, ఇప్పుడేవస్తాను!" అని ఆశ్రిత్ తన రూమ్ లోకి వెళ్ళారు. ఏదో బ్యాగ్ తీసుకొచ్చారు బయటకి వస్తూ.

"బోస్ బ్లూటూత్ స్పీకర్స్. నేను అమెరికా వెళ్ళినప్పుడు బెస్ట్ పెర్ఫార్మర్స్ కి ఏదో ఒకటి తీసుకొస్తాను. ఇది నీకోసం. యు ఆర్ డూయింగ్ ఏ వెరీ గుడ్ జాబ్!" అని నా చేతికి ఇచ్చారు ఆ బ్యాగ్.

"థాంక్ యు ఆశ్రిత్!" అన్నాను అది తీసుకుని ఆనందంగా.

మిగతా ముగ్గురూ క్లాప్స్ కొట్టారు. అందరికీ థాంక్స్ చెప్పి బయలుదేరాను.

"నేను వస్తాను నీకు తోడుగా" అని సాక్షి నాతో వచ్చింది.

"ఎలా ఉంది ఇక్కడ నీకు?" అడిగింది ఫార్మ్ హౌస్ గేటు దాటాక.

"చాలా బాగుంది. ఆశ్రిత్ చేసే ఇంత మంచి పనిలో భాగం పంచుకోవడం చాలా హ్యాపీ గా ఉంది. నీకెన్నిసార్లు థాంక్స్ చెప్పుకున్నానో నా మనస్సులో" అన్నాను ముందుకి నడుస్తూ.

"ఆశ్రిత్ నీ వర్క్ ని చాలా మెచ్చుకుంటున్నాడు. నువ్వు ఈ ప్లేస్ ని బాగా మేనేజ్ చేస్తున్నావు."

"ఆశ్రిత్ వాళ్ళ పేరెంట్స్ గురించి చెప్పారు." అన్నాను టాపిక్ మారుస్తూ.

"ఆశ్రిత్ వాళ్ళ అమ్మకి బాగా క్లోజ్. వాళ్ళ నాన్న అబ్యూసివ్ హస్బెండ్. గృహహింస చట్టం కేసు లో అరెస్ట్ అయి జైలు లో హార్ట్ ఎటాక్ తో చనిపోయారు. ఆశ్రిత్ కి ఆయన గురించి మాట్లాడడం ఇష్టం లేదు. చిన్నప్పుడు వాళ్ళ అమ్మ పడిన కష్టాలు చూసి పెళ్ళి కూడా వద్దనుకుంటున్నాడు."

అప్పటికే మా క్వార్టర్స్ గేటు దగ్గరికి వచ్చేసాము.

"గుడ్ నైట్ తన్వి, నేను వెళ్తాను ఇంక!" అంది గేటు దగ్గర ఆగి.

"గుడ్ నైట్ సాక్షి!" అని చెప్పి నా మేడ పైకి వచ్చేసాను.

పైకి వచ్చాక అప్రయత్నంగా ఫార్మ్ హౌస్ వైపు చూసాను. ఆశ్రిత్ నిలబడి ఉన్నారు ఇటు వైపు చూస్తూ. చేయి పైకెత్తి బై అని సైగ చేసాను తాళం తీసుకుని లోపలికి వెళ్ళేముందు. తను కూడా బై చెప్పారు.

Chapter -17

ఆశ్రిత్

తన్వి ని దింపేసి సాక్షి ఫార్మ్ హౌస్ కి వచ్చేసింది.

"ఏంటి ఆశ్రిత్ ఏం జరుగుతుంది ఇక్కడ?" అడిగింది వస్తూనే.

ఇంతలో అక్క, వరుణ్ వచ్చారు మా దగ్గరికి.

"ఏం జరుగుతుంది?" అడిగాను అమాయకంగా ముఖం పెట్టి.

"తన్వి ఉన్న నాలుగున్నర గంటల్లో నువ్వు నాలుగు గంటలు తన మొఖం వైపే చూసావు" అంది సాక్షి.

"అంటే నువ్వు అంత సేపు నన్నే చూస్తున్నావా?" అడిగాను.

"మాట మార్చకురా! ఇదిగో నా దగ్గర ఇంటరెస్టింగ్ గా ఒకటి ఉంది" అంది అక్క తన మొబైల్ లో కి చూస్తూ. మిగతా ఇద్దరూ అక్క దగ్గరికి చేరుకున్నారు ఏం చూపిస్తుందో అని కుతూహలంగా.

అక్క కొంచం సేపు తన ఫొటో గేలరీ అంతా వెతికింది.

"ఎప్పుడు డిలీట్ చేసావురా?" అడిగింది కొంచెం కోపంగా.

"నేనా? నీ మొబైల్ అసలు ముట్టుకోలేదు. గుడ్ నైట్! ఇంక పడుకోండి" అన్నాను నా రూమ్ వైపు వెళ్తూ చిన్నగా నవ్వి.

"ఇంకోకసారి దొరకకపోతావా... అప్పుడు చెప్తాను నీ పని" అంది అక్క తెచ్చిపెట్టుకున్న కోపం తో.

వరుణ్, సాక్షిలకు ఏమీ అర్థం కాలేదు పాపం.

నా రూమ్ కి వెళ్ళి ఏసీ ఆన్ చేసుకుని మంచం మీద పడుకున్నాను. తన్వి నవ్వు, సిగ్గు, సిగ్గు తో ఎరుపెక్కి

తన మొఖం గుర్తుకువచ్చాయి పదే పదే. వంటగది లో ఇద్దరం కలిసి పనిచేసినప్పుడు తన చేయి తగిలిన ప్రతీసారీ నా గుండె ఝల్లుమంది.

తను దగ్గరగా ఉంటే ఏదో వింత మైకం.

టెడ్ పక్కన టేబుల్ మీద ఉన్న మొబైల్ తీసుకుని మెసేజ్ చేసాను తన్వి కి. "రేపు మ్యారేజ్ కి డ్రాప్ చెయ్యాలని డ్రైవర్ కి చెప్పావా?"

ఒక్క నిమిషం కూడా అవ్వకుండానే రిప్లై వచ్చింది.

"పోయిన వారం ఇంటికి వెళ్ళినప్పుడు నా కారు తెచ్చుకున్నాను ఆశ్రిత్!"

"ఒకే!"

"ఇంకా పడుకోలేదా మీరు?"

"నిద్ర పట్టట్లేదు. నువ్వేం చేస్తున్నావు?"

"హెయిర్ అండ్ స్కిన్ కేర్ రొటిన్ ఇప్పుడే అయ్యింది. పడుకుందామని రెడీ అవుతున్నాను."

"నిద్ర పట్టట్లేదు. చాలా రోజుల తరువాత ఒక రిఫ్రెషింగ్ ఈవెనింగ్."

"ఒక గేమ్ ఆడదామా? మీ మొబైల్ లో క్యారమ్స్ గేమ్ ఉందా?"

"లేదు. ఇన్స్టాల్ చేసుకుని నిన్ను ఛాలెంజ్ చేస్తాను."

ఇద్దరం నాలుగు గేమ్స్ ఆడాము. తన్వి రెండు నెగ్గింది, నేను రెండు నెగ్గాను.

"ఇదేమి బాగుంది తన్వీ? ఏదైనా బెట్ ఉంటే బాగుంటుంది" అన్నాను.

"ఈసారి ఆడినప్పుడు బెట్ చేసుకుందాం. గుడ్ నైట్!"

"గుడ్ నైట్!"

...

అలవాటు ప్రకారం పొద్దున్నే మెలకువ వచ్చింది. కొంచెం సేపు ఫ్లోర్ వర్క్ ఔట్స్ చేసి బ్లాక్ కాఫీ చేసుకుని

నా మ్యూజిక్ ప్లే లిస్ట్ బ్లూ టూత్ కి కనెక్ట్ చేసుకుని పాటలు ఎంజాయ్ చేస్తున్నాను.

ఇంతలో ఏడుకొండలు భార్య సత్యవతి తన్వి తలుపు కొట్టింది చేతిలో ఏదో కవర్ పట్టుకుని.

తన్వి తలుపు తీసుకుని బయటకు వచ్చింది. ఆకు పచ్చ రంగు పట్టు చీర కట్టుకుంది. ఇంకా రెడీ అవ్వలేదు. తన జుట్టు గాలికి ఎగురుతుంది. నవ్వుతూ సత్యవతి చేతిలో కవర్ తీసుకుంది. కవర్ ఓపెన్ చేసి దానిలో నుంచి మల్లెదండ తీసినప్పుడు తన కళ్ళు నక్షత్రాల్లా మెరిసాయి. తన్వి చిన్న చిన్న విషయాలకే చాలా సంతోషిస్తుంది. స్వచ్ఛమైన తన నవ్వు కూడా మల్లెపూవు లాగే ఉంటుంది. ఆ పూల దండ తీసుకుని లోపలికి వెళ్ళిపోయింది.

తరువాత ఒక గంట నా మెయిల్స్ చెక్ చేసుకున్నాను.

"వావ్ గర్ల్! యు లుక్ సో ప్రెట్టి!" అని వినిపించింది సాక్షి గొంతు కింద నుంచి. తన్వి ని చూసి అని అర్థం అయ్యింది.

కుతూహలంగా వెళ్ళాను సిటౌట్ గోడ దగ్గరికి. కింద తన్వి, సాక్షి ఫార్మ్ హౌస్ గేట్ దగ్గర మాట్లాడుకుంటున్నారు.

తన్వి ఆకుపచ్చ రంగుకు పింక్ బోర్డర్ చీరలో ఉంది. దాని మీద పింక్ కలర్ స్లీవ్ లెస్ బ్లౌజ్ వేసుకుంది. తన హెయిర్ ముడి వేసుకుని దానికి మల్లె దండ చుట్టింది. తన అందమైన కళ్ళని ఎలివేట్ చేస్తూ కళ్ళకు మేకప్ వేసుకుంది. నుదుట పింక్ కలర్ పెద్ద బొట్టు, అదే రంగు లిప్‌స్టిక్ వేసుకుంది. చెవులకి పెద్ద హ్యాంగింగ్స్, మెడలో సింపుల్ చైన్ వేసుకుంది. తనని అలా చూస్తే గుండె జారినట్టయ్యింది.

సాక్షి తో మాట్లాడుతూ పైకి చూసి నవ్వింది. నేను చేతితో బ్యూటిఫుల్ అని సైగ చేసాను. తన ముఖం

మళ్ళీ ఎర్రగా కందిపోయింది. తల దించేసుకుంది సిగ్గు పడుతూ.

సాక్షి పైకి చూసింది నా వంక. నేను భుజాలు ఎగరేసాను నాకు ఏమీ తెలియనట్టు.

తన్వి తన కారు లో కూర్చొని కారు అద్దాలు పైకి ఎత్తుతూ నాకు బై అని సైగ చేసింది. నేను కూడా బై చెప్పాను.

తన్వి ని ఎంత సేపు చూసినా మనస్సు నిండదు.

Chapter - 18

తన్వి

ఆదివారం సాధారణంగా అయితే పర్సనల్ కేర్ తీసుకుని ప్రశాంతంగా గడిపేస్తాను. ఈరోజు అంకిత పెళ్ళి నుంచి వచ్చేసరికి రాత్రి ఎనిమిది అయ్యింది. చాలా అలసి పోయాను.

రాగానే ముందు వేడి నీళ్ళతో స్నానం చేసి ఫ్రెష్ అయ్యాను. పొద్దున్నుంచీ చీర హెవీ గా ఉంది. ఏదైనా లైట్ గా వేసుకుందామని నా బ్లాక్ నైట్ డ్రస్ వేసుకున్నాను. అది నా మోకాళ్ళ వరకే ఉంటుంది. ఇక్కడ నన్ను చూడడానికి ఎవరున్నారు? అనుకున్నాను.

వంట చేసుకునే ఓపిక లేక మ్యాగీ చేసుకుని తినేసి, వేడిగా ఒక అల్లం టీ పెట్టుకుని మెడ మీదకి వెళ్ళాను.

అక్కడ ఒక మూల చిన్న సిటౌట్ ఏర్పాటు చేసుకున్నాను. గ్రాస్ కార్పెట్ వేసి దాని మీద పరుపు వేసాను. పరుపుకి టెంట్ లాగ దోమతెర పైనుంచి వేలాడదీసి దానికి చుట్టూ చిన్న చిన్న ఎల్ఈడి లైట్ల దండలు పై నుంచి కింద వరకూ వచ్చేటట్టు కట్టాను. ఒక రెండు ప్లాస్టిక్ కుర్చీలు వేసాను ఒక పక్కగా. ఎప్పుడన్నా సాయంత్రాలు ఇక్కడ గడుపుతాను. ఆకాశం లోని నక్షత్రాలను చూస్తూ పాటలు వింటే బాగుటుంది.

మిగతా లైట్లు అన్నీ ఆపేసి ఎల్ఈడి లైట్లు మాత్రమే ఆన్ చేసుకుని ఆశ్రిత్ ఇచ్చిన బ్లూటూత్ స్పీకర్ లో పాటలు వింటూ టీ తాగాను. చల్లగాలికి నిద్ర ముంచుకొచ్చింది. అలాగే నా పరుపు మీద పడుకుని కళ్ళు మూసుకున్నాను.

"ఎవరో మేఘాల్లో తేలుతున్నట్టున్నారు" సాక్షి గొంతు వినిపించింది దగ్గరగా. ఉలిక్కిపడి కళ్ళు తెరిచాను.

"మేము డిస్టర్బ్ చేసినట్టున్నాము!" సాక్షి వెనక ఆశ్రిత్ కూడా ఉన్నారు.

"లేదు లేదు, మ్యూజిక్ ఎంజాయ్ చేస్తున్నాను అంతే. ఇద్దరూ ఇలా కూర్చోండి. నేను ఐదు నిమిషాల్లో వస్తాను" అని లోపలి పరిగెత్తాను.

లోపలి వెళ్ళి నా నైట్ డ్రెస్ మార్చుకుని టిషర్ట్ - జాగర్ పాంట్స్ వేసుకున్నాను.

"సాక్షి కొంచెం కాఫీ కలపనా?" లోపలి నుంచే అడిగాను.

"వద్దు తన్వీ! ఇప్పుడే డిన్నర్ చేసాము. మేము బయలుదేరుతున్నాము. అది చెప్పడానికే వచ్చాను" అంది సాక్షి.

వేగంగా రెండు గ్లాసుల్లో నిమ్మకాయ జ్యూస్ కలిపాను. రెండిటినీ ట్రే లో పెట్టి బయటకు తీసుకెళ్ళి ఇద్దరికీ ఆఫర్ చేసాను. చెరొక ప్లాస్టిక్ కుర్చీలో కూర్చున్నారు ఇద్దరూ.

"ఏమీ వద్దన్నాను కదా తన్వి, ఎందుకు చేసావు?" అంది సాక్షి తన గ్లాసు తీసుకుంటూ.

"ఇక్కడ ఆంబీఎన్స్ బాగుంది తన్వి! నైస్ కోజీ కార్నర్" అన్నారు ఆశ్రిత్ తన గ్లాసు తీసుకుంటూ.

నేను వెళ్ళి దోమతెర తప్పించి నా పరుపు మీద కూర్చున్నాను కాళ్ళు కింద పెట్టి.

"వీకెండ్ అప్పుడే అయిపోయింది. మేము బయలుదేరుతున్నాము. ఆశ్రిత్ ఒక రెండు వారాలు సెలవు తీసుకుంటున్నాడు. ఇక్కడే ఉంటాడు" అంది సాక్షి.

"ఓహ్! అప్పుడే రెండు రోజులు అయిపోయాయి. మీ అందరితో బాగుంది ఇక్కడ" అన్నాను.

"అవును ఇక్కడికొస్తే నాకు కూడా తిరిగి వెళ్ళాలనిపించదు."

"మీ ఫ్రెండ్ పెళ్ళి బాగా జరిగిందా తన్వి?" టాపిక్ మార్చారు ఆశ్రిత్.

"చాలా బాగా జరిగింది. నా బెస్ట్ ఫ్రెండ్ అంకిత పెళ్ళి. మా క్లాసుమేట్ నే చేసుకుంది. కాలేజీ రీయూనియన్ లాగ అయ్యింది."

"గుడ్! మమ్మల్ని బయటి వాళ్ళు అనుకోకు. నీకు ఏ అవసరం వచ్చినా మేము ఉన్నాము" అంది సాక్షి గ్లాసు కింద పెట్టి నా చేయి అందుకుని.

ఒక్క క్షణం ఎమోషనల్ అయి నా కళ్ళలో నీళ్ళు తిరిగాయి.

"ఫైన్! అక్క వాళ్ళు రెడీ అయినట్టున్నారు. ఇంక వెళదాము. మీకు సెండ్ ఆఫ్ ఇచ్చేస్తాను" అని ఆశ్రిత్ బ్రేక్ చేసారు మా మూమెంట్ ని.

"నేను కూడా వస్తాను కిందకి" అని చెప్పులు వేసుకుని, డోర్ లాక్ చేసి బయలు దేరాను వాళ్ళిద్దరి వెనకాలే. కింద ఫార్మ్ హౌస్ గేట్ దగ్గర సౌమ్య, వరుణ్ లని కలిసి టై చెప్పాను. వాళ్ళు ముగ్గురూ బయలుదేరారు కారు లో. వాళ్ళ కారు కనిపించే వరకూ నించున్నాము నేను ఆశ్రిత్ అటువైపే చూస్తూ.

"పొద్దున్న చీరలో చాలా బాగున్నావు తన్వీ!" అన్నారు ఆశ్రిత్ నా వంక చూసి.

"థాంక్ యు!" నవ్వాను సిగ్గు పడుతూ.

"మన తోట లోని చెర్రీ టొమాటో లా ఉంది నీ మొఖం" అన్నారు కొంచం వంగుని నా మొఖం లో కి చూస్తూ.

"గుడ్ నైట్ ఆశ్రిత్!" అన్నాను చిరునవ్వుతో.

చిన్నగా నవ్వి "గుడ్ నైట్!" అని తన గేటు తీసుకుని లోపలికి వెళ్ళిపోయారు.

Chapter -19

ఆశ్రిత

నా బెడ్రూమ్ లోకి వెళ్ళి మంచం పై పడుకున్నాను. అది ఉయ్యాల మంచం. నేను పడుకున్న అదురుకి అది నెమ్మదిగా ఊగడం మొదలుపెట్టింది. మంచం ఉన్న మేరకు పైకప్పు గ్లాస్ తో ఉంటుంది. ఆ అద్దం లోంచి నక్షత్రాలను చూస్తూ కళ్ళు మూసుకున్నాను. కళ్ళల్లో తన్వి రూపం కనిపించింది పొద్దున్న చీరలో.

"ఏం మాయ చేస్తున్నావు తన్వీ? నన్ను కుదురుగా కాసేపైనా ఉండనివ్వట్లేదు నువ్వు" అని నాలో నేనే మాట్లాడుకుంటూ కళ్ళు తెరిచాను. ఇలా ఉండలేకే పెళ్ళి చేసుకుంటారా అందరూ? అనిపించింది. మళ్ళీ నా ఆలోచనలకు నాకే నవ్వు వచ్చింది. ఎప్పుడూ లేనిది నేను పెళ్ళి గురించి ఆలోచిస్తున్నాను ఏంటా అని.

నా మొబైల్ తీసుకుని తన్వి ఇన్స్టాగ్రామ్ ఓపెన్ చేసాను. చాలా యాక్టివ్ గా ఉంటుంది అనుకుంటా పొద్దున్న పెళ్ళి లో ఫొటోస్ అప్పుడే పోస్ట్ చేసింది. తన ఫ్రెండ్స్ తో గ్రూప్ ఫొటోస్ పెట్టింది. కొన్ని అబ్బాయిలతో సెల్ఫీలు ఉన్నాయి. అవి నాకు నచ్చలేదు. కొంచెం అసూయ గా అనిపించింది.

కొన్ని ఫార్మ్ ఫొటోస్, కొన్ని కింగ్ తో సెల్ఫీలు, కొన్ని వాళ్ళ పేరెంట్స్ తో ఉన్నాయి. అన్నీ చూసి నాకు నచ్చినవి కొన్ని స్క్రిన్ షాట్స్ తీసుకుని నా మొబైల్ లో ఒక కొత్త ఫోల్డర్ లో పెట్టాను. నిన్న అక్క పంపిన ఫొటో, పొద్దున్న సాక్షి తో మాట్లాడుతూ నవ్వుతుంటే నేను పై నుంచి తీసిన ఫొటో కూడా ఆ ఫోల్డర్ లోకి సేవ్ చేసాను.

మొబైల్ ని మంచం పక్కన ఉన్న టేబుల్ మీద పెట్టి నా మంచానికి ఒక పుష్ ఇచ్చాను. అది ఊగుతుంటే సెమ్మదిగా నిద్రలోకి జారుకున్నాను.

...

పొద్దున్న ఐదున్నరకే మెలకువ వచ్చింది. లేచి ట్రాష్ చేసుకుని, ఫ్రెష్ అయి హార్స్ రైడింగ్ స్టార్ట్ చేసాను. రైడింగ్ చేస్తుండగా తన్వి కనిపించింది తన మేడ మీద కాఫీ కప్ తో. అంత దగ్గరగా కాకపోయినా తెలుస్తుంది తన చూపు నా పైనే ఉందని. చేయి పైకెత్తి వేవ్ చేసాను చిన్నగా. దానికి బదులుగా తన కాఫీ కప్ పైకి ఎత్తి విష్ చేసింది.

రైడింగ్ స్టార్ట్ చేసి దాదాపుగా గంట అయ్యింది. కింగ్ ని పాండ్ వైపు మళ్ళించాను. అక్కడకు చేరుకున్నాక కిందకి దిగి పాండ్ కి దగ్గరగా లాన్ మీద కూర్చున్నాను. కింగ్ కాస్త దూరం లో నేను పెట్టిన క్యారట్స్ తింటుంది.

ఇలా ఇక్కడ కూర్చుంటే మెడిటేషన్ చేసినంత ప్రశాంతంగా ఉంటుంది. చల్లగాలికి వంటికి పట్టిన చెమట ఆరుతుంటే అలాగే గడ్డిలో జారపడ్డాను రెండు చేతులూ తల కింద పెట్టుకుని ఆకాశం వంక చూస్తూ.

అలా ఎంత సేపు ఉన్నానో, "నేను కూడా జాయిన్ అవ్వనా?" అన్న తన్వి గొంతు వినిపించి తల అలాగే

వెనక్కి తిప్పి చూసాను. నిన్న రాత్రి వేసుకున్న టిషర్ట్, పాంట్స్ లోనే ఉంది. చేతిలో చిన్న బ్యాగ్ పట్టుకుంది. అప్పుడే నిద్ర లేచిన మొఖం ఫ్రెష్ గా ఉంది. చల్లగాలికి తన హెయిర్ మొఖం మీద పడుతుంది. అలా చూస్తుంటే మంచు పడిన రోజా పువ్వులా ముద్దుగా ఉంది.

"ప్లీజ్ కం! ఇట్స్ మై ప్లెషర్" అన్నాను లేచి కూర్చుంటూ.

నా పక్కన ఒక రెండడుగుల దూరంలో కూర్చుంది, తనతో తెచ్చిన బ్యాగ్ మా మధ్య కొంచెం ఎదురుగా పెట్టి.

"మీ ఏకాంతాన్ని డిస్టర్బ్ చేసానా?" అంది బ్యాగ్ లోంచి రెండు కాఫీ కప్పులు, ఫ్లాస్క్ తీస్తూ.

"నీ కంపెనీ డిస్టర్బన్స్ అని ఎందుకు అనుకుంటాను తన్వీ?"

రెండు కప్పుల్లో కాఫీ నింపి నాకు ఒకటి ఇచ్చి తను ఒకటి తీసుకుంది.

"ఇలా స్ట్రాంగ్ కాఫీ ఇచ్చి డిస్టర్బ్ చేస్తానంటే రోజు రావొచ్చు" అన్నాను చిరునవ్వుతో తన మొఖం లోకి చూస్తూ.

"మీరు ఫోన్ మీ రూమ్ లో మర్చి పోయినట్టున్నారు. సాక్షి నాకు కాల్ చేసింది. షాడో ని డ్రైవర్ తో పంపిస్తున్నాను. ఇంకా ఏమైనా కావాలా? అని మీకు మెసేజ్"

"ఓహ్! థాంక్ యు! నీ ఫోన్ తీసుకొచ్చావా?" అని అడిగాను.

తన పాకెట్ లోంచి ఫోన్ తీసి ఇచ్చింది. కాఫీ సిప్ చేస్తూ సాక్షి నెంబర్ డయల్ చేసాను.

"హలో!" విష్ చేసింది సాక్షి.

"హాయ్ సాక్షి! హార్స్ రైడింగ్ కి వచ్చాను. ఫోన్ తీసుకుని రాలేదు."

"షాడో ని డ్రైవర్ తో పంపిస్తున్నాను. ఇంకా ఏమైనా పంపాలా? వాడి ఫుడ్, టెడ్ లాంటివి?"

"ఫుడ్ ప్యాకెట్ ఒక్కటి చాలు. థాంక్స్!"

"ఒకే బాస్! బై"

"బై సాక్షి"

ఫోన్ కట్ చేసి తన్వి చేతికి ఇచ్చాను. "షాడో నా పెట్ డాగ్. ముందు ట్రెక్ తీసుకుందామని అనుకోలేదు. అందుకే తీసుకురాలేదు. ఇప్పుడు వాడు అక్కడ ఒక్కడే ఉంటాడు అని పంపించమన్నాను."

"ఏం బ్రీడ్ మీ షాడో?" అడిగింది తన్వి.

"జర్మన్ షెఫర్డ్ "

"నైస్! ఐ లవ్ డాగ్స్. మొన్న వారం మీకు రిపోర్ట్స్ పంపలేదు. వీకెండ్ మాట్లాడ్డం అవ్వలేదు దాని గురించి. ఇప్పుడు చెప్పనా?" అడిగింది తన్వి.

తరువాత ఒక గంట సేపు ఫార్మ్ పనులు డిస్కస్ చేసుకున్నాం.

"తన్వి, నా ఫార్మ్ నీ చేతిలో ఉంది. నువ్వు బాగా మేనేజ్ చేస్తున్నావు. నేను రిలాక్స్ అవ్వచ్చు" అని పైకి లేచాను.

తనకి చేయి అందించాను పైకి లేవడానికి. నా చేయి అందుకుంది.

"థాంక్ యు ఆశ్రిత్! నేను ఈ వర్క్ ఎంజాయ్ చేస్తున్నాను." అంది తన్వి లేస్తూ.

ఇద్దరం కప్పులు, ఫ్లాస్క్ బ్యాగ్ లో సర్దేసి కింగ్ ని తీసుకుని బయలుదేరాము.

Chapter - 20

తన్వి

ఈరోజు పొద్దున్న ఇలా ఆశ్రిత్ తో పాండ్ పక్కన కాఫీ తాగుతూ మొదలవుతుంది అనుకోలేదు. అనుకోకుండా అందంగా మొదలయ్యింది నా రోజు. తను నాతో అప్పుడప్పుడు ఫ్లర్ట్ చేస్తున్నట్టు మాట్లాడతారు. మళ్ళీ ఇంతలోనే అది నా ఊహ ఏమో అని భ్రమపడేటట్టు హుందాగా మాట్లాడతారు.

ఆయన గొంతులో ఏదో మ్యాజిక్ ఉంది. ఈ మనిషి మాయ లో పీకల్లోతు మునిగిపోతున్నాను. ఈ రెండు వారాలు ఆశ్రిత్ ఇక్కడున్నప్పుడు కొంచెం దూరంగా ఉండడానికి ట్రై చెయ్యాలి. చూద్దాం నా మనస్సు నా మాట ఎంత వరకూ వింటుందో!

ఇలా ఆలోచించుకుంటూ తన వెనుక నడుస్తున్నాను ఫార్మ్ హౌస్ వైపు. ఫార్మ్ హౌస్ దగ్గర పడుతుండగా వెంకటేష్ ఎదురయ్యాడు.

"సార్! మొన్న నెలలో మీతో అన్నాను కానీ మళ్ళీ గుర్తుచేద్దామని వచ్చాను. ఈ గురువారం మేము ఊరు వెళ్తున్నాం జాతరకి. మళ్ళీ సోమవారం వస్తాము" అన్నాడు ఆశ్రిత్ ని ఉద్దేశించి.

"అవును కదా! ఒకసారి కలవండి ఈరోజు పనులు అయ్యాక" అన్నారు ఆశ్రిత్.

ఆశ్రిత్ కి బై చెప్పేసి నా క్వార్టర్స్ కి వచ్చేసాను. స్నానం చేసి రెడీ అయ్యి ఫార్మ్ కి వెళ్ళాను కోతల టైమ్ కి. ఆశ్రిత్ కూడా వచ్చారు అక్కడికి. పని అంతా అయిపోయాక కూలీలకు డబ్బులు ఇస్తుండగా వెంకటేష్ వచ్చాడు.

"తన్వి, ఒక పదివేలు వెంకటేష్ కి ఇవ్వు. వాళ్ళు ఊరి జాతరకు వెళ్తున్నారు. మధు, వెంకటేష్, రాజు, ఏడుకొండలు ఒకే ఊరివాళ్ళు" అన్నారు ఆశ్రిత్ నాతో.

నేను డబ్బు తీసుకెళ్ళి వెంకటేష్ చేతిలో పెట్టి లెక్కలు రాసుకున్నాను.

"సార్ తన్వి మేడం కి సాయింగా మన కూలీ ఫామిలీ తో సహా ఇక్కడుంటాడు ఆ నాలుగు రోజులు" అన్నాడు వెంకటేష్.

"సరే తెలిసిన వాళ్ళే కదా?" అడిగారు ఆశ్రిత్.

"తెలిసిన వాళ్ళే సార్! ఇక్కడ పనిలోకి వస్తారు మొగుడు, పెళ్ళాం. శ్రీను అతని పేరు."

ఆశ్రిత్ నా మొఖం లోకి చూసేసరికి తెలుసు అన్నట్టు తల ఊపాను.

మిగతా రోజంతా ఎప్పటిలాగే గడిచిపోయింది. ఆశ్రిత్ కనిపించలేదు కానీ షాడో అరుపులు వినిపించాయి అప్పుడప్పుడు. సాయంత్రం ఆరు గంటలకు నేను మా వాళ్ళతో మీటింగ్ కి వెళ్తుంటే బాల్కనీ గోడ పైన రెండు కాళ్ళూ పెట్టి కిందకి చూస్తూ కనిపించింది షాడో. హాయ్ చెప్పాను చేయి ఊపి. రెండు అరుపులు అరిచింది. తిరిగి హాయ్ చెప్పిందో లేక నువ్వెవరు అని అడిగిందో.

Chapter - 21

ఆశ్రిత్

కూరగాయల కోతలు అయ్యాక వచ్చి లంచ్ చేసాను. లంచ్ తరువాత కొంచెం సేపు ఐటీ ఇండస్ట్రీ న్యూస్ చూసాను. నా బ్లాగ్స్ మీద వర్క్ చేసాను. రెండు చానెల్స్ నుంచి ఇంటర్వ్యూ ప్రతిపాదనలు ఉంటే కేలండర్ లో రిమైండర్ పెట్టుకుని లాప్టాప్ క్లోజ్ చేసాను.

షాడో ని తీసుకుని అలా వాక్ కి వెళ్ళాను. తిరిగి వస్తుండగా తన్వి క్యాబిన్ దగ్గర మాటలు వినిపించాయి. రాజు, ఏడుకొండలుతో ఏదో మాట్లాడుతుంది తన్వి. నాకక్కడ పనిలేదు అని ఆగకుండా వచ్చేసాను నా ఫార్మ్ హౌస్ కి.

మంజులని డిన్నర్ రెడీ చేసి పైన సిటౌట్ లో ఉన్న డైనింగ్ టేబుల్ మీద సర్దించమన్నాను.

"జాయిన్ మీ ఫర్ డిన్నర్" అని తన్వి కి మెసేజ్ పెట్టాను.

ఒక రెండు నిమిషాలు చూసాను రిప్లై వస్తుందేమో అని. తను బిజీ గా ఉన్నట్టుంది. నేను షాడో కి ఫ్రెష్ వాటర్ పెట్టి స్నానం చేద్దామని బాత్రూం వైపు వెళుతుండగా మొబైల్ నోటిఫికేషన్ బీప్ వినిపించింది. మళ్ళీ వెనక్కి వచ్చి చూసాను.

"ఐ వుడ్ లవ్ టు!" అని రిప్లై ఇచ్చింది తన్వి.

చిన్నగా నవ్వుకుని "ఎదురు చూస్తుంటాను, ఎనిమిది గంటలకు రా" అని మెసేజ్ చేసి మొబైల్ అక్కడ పెట్టి స్నానం చెయ్యడానికి వెళ్ళిపోయాను.

స్నానం నుంచి వచ్చాకా షాడో కి డిన్నర్ పెట్టేసి టైమ్ చూసాను. ఇంకా పదిహేను నిమిషాలు ఉన్నాయి తన్వి రావడానికి. మరీ నిమిషాలు కూడా లెక్కపెడుతున్నానా? ఇంతగా ఎవరి కోసం ఎదురు చూడలేదు, మరి తన్వి తో ఎందుకిలా? అనుకున్నాను.

సిటౌట్ లో నా బ్లూ టూత్ స్పీకర్ పెట్టి సాంగ్స్ ప్లే చేసాను. లైట్లు డిమ్ చేసి పర్ఫెక్ట్ డిన్నర్ సెట్ క్రియేట్ చేసాను. ఇంతలో కింద గేటు తీసిన శబ్దం వినిపించింది. షాడో బాల్కనీ గోడ దగ్గరికి వెళ్ళి కాళ్ళు పైకెత్తి కిందకి చూసింది. ఎవరో తెలిసిన వాళ్ళని చూసినట్టు తోక ఊపుతూ అరిచింది.

"రా తన్వీ! డిన్నర్ పైనే" అన్నాను షాడో పక్కన నుంచుని.

"ఒకే!" అంది పైకి చూసి చిరునవ్వుతో.

లైట్ పింక్ కలర్ సమ్మర్ డ్రెస్ వేసుకుంది. తన హెయిర్ ఫ్రెంచ్ ప్లాట్ వేసుకుంది. నుదుటున ఒక బ్లాక్ స్టికర్ పెట్టుకుని, పింక్ కలర్ లిప్స్టిక్ వేసుకుంది.

"తన్వీ! ఐ యాం ఫాలింగ్ ఇన్ టు యువర్ అట్రాక్షన్ డే బై డే" పైకే అన్నాను నాతో నేనే.

"నీ డ్రెస్ బాగుంది తన్వీ! నీ బుగ్గల్లో ఆ పింక్ రిఫ్లెక్ట్ అవుతుంది" నా మనసులో మాట అనేసాను తను పైకి రాగానే. బుగ్గల్లో పింక్ కాస్తా ఎరుపయ్యింది వెంటనే.

"థాంక్ యు! అమ్మాయిల బ్లష్ బటన్స్ పుష్ చెయ్యడం మీకు బాగా తెలుసు." అంది చిరునవ్వుతో.

"ఇది నేను కాంప్లిమెంట్ అనుకుంటాను"

"అది కాంప్లిమెంటే ఆశ్రిత్!" అంది నవ్వుతూ.

Chapter - 22

తన్వి

తన టాటూ చూపిస్తూ స్లీవ్లెస్ టిషర్ట్, జాగర్ పాంట్స్ వేసుకున్నారు ఆశ్రిత్. స్నానం చేసి ఆరబెట్టిన తల చిందర వందరగా ఉంది. రైసింగ్ స్టార్ యంగ్ సీఈఓ అవార్డు గెలుచుకున్నారు, స్టార్ట్-అప్ వరల్డ్ లో పెద్ద పేరున్న మనిషి, నాకు మాత్రం ఇలా పక్కింటి అబ్బాయిలా కనిపిస్తున్నారు. ఆశ్రిత్ తో ఇలా ఇంత క్లోజ్ గా ఉంటానని కలలో కూడా ఊహించలేదు.

"హే తన్వి! ఏ లోకంలోకి వెళ్ళిపోయావు?" అన్న ఆశ్రిత్ మాటలు వినిపించి నా ఆలోచనల లోంచి బయటికి వచ్చాను.

"మీ షాడో ని పరిచయం చెయ్యలేదు" అన్నాను.

"షాడో, తను తన్వి. మన ఫ్రెండ్" అంటూ పరిచయం చేసారు ఆశ్రిత్ షాడో తో.

నేను మొకాళ్ళ పై కూర్చుని "హాయ్ షాడో!" అన్నాను నా చేయి అందిస్తూ.

షాడో ముందుకి వచ్చి నా చేయి నాకింది. ఆశ్రిత్, నేను నవ్వుకున్నాం అది చూసి.

"రా తన్వి! నాకు ఆకలి వేస్తుంది. అన్నీ రెడీ గా ఉన్నాయి" అన్నారు ఆశ్రిత్ డైనింగ్ టేబుల్ వైపు కదిలి.

నేను నా హ్యాండ్ వాష్ చేసుకుని టేబుల్ దగ్గరికి వెళ్ళాను.

"నాకు కూడా చాలా ఆకలి వేస్తుంది" అన్నాను తను చూపించిన చైర్ లో కూర్చుంటూ.

"మొహమాట పడొద్దు తన్వి, అన్నీ టెస్ట్ చెయ్యి!" నా ఎదురుగా కూర్చున్నారు ఆశ్రిత్.

"ఆశ్రిత్ ఈ డిమ్ లైటింగ్, మ్యూజిక్, రూమ్ స్ప్రే...అంతా హెవెన్లీ గా ఉంది" అన్నాను చుట్టూ చూసి.

"నేనైతే హెవెన్లీ అనను తన్వి, రొమాంటిక్ అంటాను. అది రూమ్ స్ప్రే కాదు! నైట్ క్వీన్ మొక్క నుంచి వస్తుంది ఆ సువాసన."

"ఆశ్రిత్, మీరు ఇంత సూటిగా మాట్లాడుతుంటే కష్టం మీతో" అన్నాను చిరునవ్వుతో.

"నీ దగ్గర ఆ మాత్రం మాట్లాడే చనువు వచ్చేసింది. నీ మొఖం అలా ఎర్రగా టొమాటో లాగ అయితే బాగుంటుంది. కొంచెం బోల్డ్ గా చెప్పాలంటే నేను నీకు పూర్తిగా అట్రాక్ట్ అయ్యాను. నీ వర్క్, నీ ఎథిక్స్, నీ కళ్ళు, నీ లాంగ్ హెయిర్...థెయ్ మేక్ యు గోర్జియస్." సీరియస్ గా అన్నారు నా కంచం లో అన్నం వడ్డిస్తూ.

"థాంక్ యు!"

"నా మనసులో మాట నిజాయితీగా చెప్పేసాను. నీకు ఇబ్బందిగా అనిపించిందా?" అడిగారు.

"లేదు! మీ బోల్డ్నెస్ ని కొంచెం అప్పు తీసుకుని నేను కూడా ఒకటి చెప్పనా?"

"చెప్పు" కూర వడ్డించారు ఇద్దరి కంచాల్లో.

"యు ఆర్ ది మోస్ట్ ఇంటెలిజెంట్, టాలెంటెడ్ అండ్ హ్యాండ్సమ్ సిఈఓ. నేను మీకు పెద్ద ఫ్యాన్ ని." చెప్పేసాను నేను కూడా.

"నేను హ్యాండ్సమ్ గా ఉంటానా?" అడిగారు కొంటెగా నవ్వుతూ.

"అంత మాట్లాడితే మీరు అదే విన్నారా?" అడిగాను ఆశ్చర్యంగా.

"నాకు అది స్పెషల్ అనిపించింది తన్వి. అది కూడా నువ్వు అంటే స్పెషల్ అనిపించింది."

"మీ ఇంటర్వ్యూస్ లో యాంకర్స్ అందరూ అదే అంటారు కదా?"

"వాళ్ళు వేరు, నువ్వు వేరు. వాళ్ళకి నేను అట్రాక్ట్ అవ్వలేదు. కానీ నీకు నేను అట్రాక్ట్ అయ్యాను. నీ సాన్నిహిత్యంలో హ్యాపీ గా ఉంటాను నేను."

"మీరు ఎంతో మంది అమ్మాయిలను కలిసి ఉంటారు కదా, ఎప్పుడూ ఎవ్వరితో రిలేషన్షిప్ లో ఉన్నట్టు వినలేదు నేను. ఇప్పటి వరకు ఎవ్వరూ నచ్చలేదా?"

"లేదు, నచ్చలేదని కాదు కానీ ప్రేమకి నేను చాలా దూరం. ప్రేమ అంటే స్వాధీనత (possessiveness). మనకి తెలియకుండానే ప్రేమించిన వ్యక్తికి ఆంక్షలు పెడతాము. దాంతో గొడవలు మొదలు అవుతాయి. సెమ్మదిగా ఒకరికి ఒకరం బరువు అవుతాము. అందుకే ప్రేమ మీద, పెళ్ళి మీద నమ్మకం లేదు."

నాకు ఏం మాట్లాడాలో తెలియలేదు. ఆశ్రిత అభిప్రాయం తప్పేమీ కాదు. కానీ ప్రేమించుకున్న ప్రతి వాళ్ళు గొడవ పెట్టుకోవట్లేదు కదా అని అందామనిపించింది.

"నీ గురించి చెప్పు తన్వీ, ఇంత అందంగా ఉంటావు నీకు ఇప్పటివరకు ఎవరూ ప్రపోస్ చెయ్యలేదా?" అని మా మధ్య మౌనాన్ని బ్రేక్ చేసారు ఆశ్రిత్.

"చేసారు చాలా మంది. కానీ నాకు గోల్స్ ఉన్నాయి ఆశ్రిత్. నా సొంత డిజైన్ కంపెనీ పెట్టాలి. ఆ తరువాత ఏదైనా. మీలా కాకుండా నేనంటే ఎవరన్నా పొసెసివ్ గా ఉంటే బాగుండు అని అనుకునేదాన్ని. నేను తనకు మాత్రమే సొంతం అన్న అధికారం చూపిస్తే ఎంతో రొమాంటిక్ గా ఉంటుంది అని నా అభిప్రాయం. కానీ మీ అభిప్రాయం విన్న తరువాత ఆ అధికారం కొంత వరకు పరవాలేదు కానీ ఎక్కువ అయితే ఎదుటి వాళ్ళకు ఊపిరాడనివ్వదేమో అని అనిపిస్తుంది."

ఇద్దరం తినడం పూర్తి అయ్యింది. చెయ్య కడుక్కుని వచ్చి సోఫా లో కూర్చున్నాం. ఇంతలో ఆశ్రిత్ మొబైల్ కి ఏదో నోటిఫికేషన్ వచ్చింది.

"తన్వి ఒక ముప్పై నిమిషాలు కాల్ ఉంది క్లయింట్ తో. కొంచెం ఇంపార్టెంట్, అటెండ్ అయి వస్తాను. నువ్వ నీ మొబైల్ కనెక్ట్ చేసుకో బ్లూటూత్ స్పీకర్ కి."

"సరే ఆశ్రిత్! నేను ఎలాగో టైమ్ పాస్ చేస్తాను. మీరు నా గురించి ఆలోచించకండి" అన్నాను.

Chapter - 23

ఆశ్రిత్

మామూలుగా అయితే ప్రాజెక్టు మేనేజర్స్ తీసుకుంటారు కాల్స్. కాని ఈ కాల్ కొత్త క్లయింట్ తో. అందుకే నేను కూడా జాయిన్ అవుదామని అనుకున్నాను. మా సామర్థ్యం నిరూపించుకుంటే పెద్ద ప్రాజెక్ట్ విన్ అవ్వొచ్చు. ఒక మూడేళ్లు ఉంటుంది వర్కు. మంచి రెవిన్యూ వస్తుంది కంపెనీకి. టీం లీడ్, ప్రాజెక్ట్ మేనేజర్, సాక్షి ఉన్నారు కాల్ లో. టీం లీడ్ మేము చేసిన ప్రూఫ్ ఆఫ్ కాన్సెప్ట్ వివరిస్తున్నాడు క్లయింట్ కి.

కాల్ పాజిటివ్ గానే జరుగుతుంది. నాకు ఎదురుగా ఉన్న ఫ్రెంచ్ విండో లోంచి సిటౌట్ కనిపిస్తుంది. తన్వి ఏదో ఫోన్ కాల్ మాట్లాడుతుంది అటూ ఇటూ తిరుగుతూ. తన వెనకాలే షాడో కూడా తిరుగుతుంది.

ఇలా కొద్ది నెలల టైమ్ లో తనకి ఇంత దగ్గర ఎలా అయ్యాను? తను బయటి మనిషిలా అనిపించదు. నేను తనతో ఏమైనా మాట్లాడగలుగుతాను చాలా చనువుగా. మేమిద్దరం స్నేహితుల్లాగ అనిపిస్తుంది నాకు. నేను తన బాస్ తాను నాకు రిపోర్ట్ చేస్తుంది అన్న ఫీలింగ్స్ లేవు.

ఇంతలో ఆఫీస్ చాట్ లో నోటిఫికేషన్ వచ్చింది సాక్షి నుంచి.

"ఏంటి బాబూ, కళ్ళు స్క్రీన్ మీద లేవు, ఎవరున్నారు ఎదురుగా?"

"ఓహ్! వీడియో కాల్ కదా మర్చిపోయాను. మీటింగ్ మీద ఫోకస్ లేనట్టు కనిపిస్తుందా?" అడిగాను కంగారుగా.

"అందరూ బిజీగా ఉన్నారు వాళ్ళు డిస్కషన్స్ లో. డోంట్ వర్రీ!"

"థాంక్ గాడ్!"

"ఇప్పుడు చెప్పు, తన్వి ఉందా ఎదురుగా?"

"నన్ ఆఫ్ యువర్ బిజినెస్!"

"ఒకే గైస్, వెల్ డన్! యు డిడ్ ఎ గ్రేట్ జాబ్. ప్లీజ్ సెండ్ అప్లికేషన్ డిజైన్స్ ఇన్ నెక్స్ట్ టూ డేస్" అన్న క్లయింట్ మాటలు వినిపించాయి.

"గుడ్ జాబ్ టీం! థాంక్ యు పీటర్ ఫర్ యువర్ టైమ్!" అన్నాను తేరుకుని.

ప్రాజెక్ట్ మేనేజర్ ని రెండు రోజుల్లో డిజైన్స్ రెడీ చేసి పంపించమని కాల్ క్లోజ్ చేసాను.

నేను బైటకి వచ్చేసరికి తన్వి బాల్కనీ గోడకి ఆనుకుని లాన్ మీద కాళ్ళు చాపుకుని కూర్చుంది. తనకి ఆనుకుని షాడో పడుకుంది. షాడో తన్వి తో చాలా తొందరగా క్లోజ్ అయ్యింది.

"సారీ తన్వి! బోర్ కొట్టిందా?" అడిగాను వాళ్ళకు దగ్గరగా వెళ్తూ.

"లేదు ఆశ్రిత మేమిద్దరం బాండ్ అయ్యాము ఈ టైమ్ లో " అంది షాడోని ని చూపిస్తూ.

"కం! లెట్ అస్ హావ్ సం ఐస్క్రిం." అన్నాను నా చేయి అందించి.

చేయి పట్టుకుని పైకి లేచింది.

కిచెన్ కౌంటర్ దగ్గర బార్ స్టూల్ పైన తనని కూర్చోమని నేను కౌంటర్ లోపలి వైపుకి వెళ్ళి రెండు బౌల్స్ లో ఐస్క్రిమ్ సర్వ్ చేసాను. ఒక బౌల్ తనకి ఇచ్చి నాది తింటూ అక్కడే నిలబడ్డాను.

"మ్మ్... బ్లాక్ కరెంట్" నా ఫేవరెట్ అంది.

"నా ఫేవరెట్ కూడా! ఏదైనా మూవీ చూద్దామా నెట్ఫ్లిక్స్ లో?"

"బాస్ మీరు హాలిడే లో ఉన్నారు. నేను కాదు. నేను రేపు వర్క్ చెయ్యాలి" అంది నవ్వుతూ.

"ఒకే! నాకు ఈరోజు అప్పుడే ఎండ్ చెయ్యాలని లేదు. బట్ ఐ విల్ నాట్ ఫోర్స్ యు!"

"అప్పుడే ఎండ్ చెయ్యకండి. షాడో ని తీసుకుని వాక్ కి రండి. నన్ను నా క్వార్టర్స్ దగ్గర దింపేసి మీ వాక్ కంటిన్యూ చేసుకోండి."

తన్వి ని క్వార్టర్స్ దగ్గర దింపేసి నేను షాడో వాక్ కి వెళ్ళాం. తిరిగి వచ్చాక తన్వి కి మెసేజ్ పెట్టాను. రేపు పొద్దున్న బాడ్మింటన్ ఆడదాము అని.

"తప్పకుండా! ఒక ఛాంపియన్ తో ఆడే అదృష్టము అస్తమాను రాదు కదా!" అని రిప్లై ఇచ్చింది.

"సీ యు ఎట్ సెవెన్! గుడ్ నైట్ తన్వి!"

"గుడ్ నైట్ ఆశ్రిత్!"

ఆశ్రిత్ ఏషియన్ జూనియర్ బాడ్మింటన్ ఛాంపియన్షిప్ విన్నర్. తనతో రేపు ఆడడం ఎగ్జైటింగ్ గా ఉంది.

Chapter - 24

తన్వి

తరువాతి రోజు ఏడు గంటలకు బాడ్మింటన్ కోర్ట్ లో కలిసాను ఆశ్రిత ని. ఒక గంట ఆడాము. మళ్ళీ రోజంతా ఆయన నాకు కనిపించలేదు. స్పీకర్ లో పాటలు వినిపించేవి అప్పుడప్పుడు నేను నా మేడ మీద ఆకాశం చూస్తూ రిలాక్స్ అవుతున్నప్పుడు.

మంగళవారం, బుధవారం కూడా అలాగే గడిచిపోయాయి. గురువారం వీళ్ళంతా ఊరు వెళ్ళిపోయారు. శ్రీను వాళ్ళ ఫ్యామిలీ వచ్చి వెంకటేష్ పోర్షన్ లో ఉన్నారు.

వంట చెయ్యడానికి ఎవరు లేరు కదా ఒక్కరే ఏం చేసుకుంటారు అనిపించింది.

"ప్లీజ్ జాయిన్ మీ ఫర్ డిన్నర్" అని మెసేజ్ చేసాను ఆశ్రిత్ కి.

"ఓకే!" అని రిప్లై వచ్చింది.

వండేది ఎక్కువమందికి కాకపోయినా ఆశ్రిత్ కోసం అయ్యేసరికి కొంచెం టెన్షన్. కొబ్బరి అన్నం వండి, పప్పు చారు, చికెన్ ఫ్రై చేసాను. కొంచెం సేమ్యా కూడా చేసాను. ఏడు గంటలకల్లా అన్నీ టేబుల్ మీద సర్దేసాను.

స్నానం చేసి బ్లాక్ కలర్ కుర్తా లెగ్గింగ్స్ వేసుకుని హెయిర్ లూజ్ గా వదిలేసుకున్నాను. కళ్ళకి కాటుక, నుదుటున చిన్న బ్లాక్ స్టికర్ పెట్టుకుని, లైట్ కలర్ లిప్ స్టిక్ వేసుకుని ఫైనల్ గా అద్దం లో చూసుకున్నాను.

ఇంతలో ఫోన్ మోగింది.

"హలో అంకితా! అప్పుడే మీ ఆయన బోర్ కొట్టేసాడా?" అన్నాను కాల్ లిఫ్ట్ చేసి.

"లేదే మా ఫస్ట్ నైట్ ముహూర్తం వారం తరువాత వచ్చింది. ఈలోపు ఇద్దరం ఒకే దగ్గర ఉంటే డేంజర్ అని నన్ను మా ఇంటికి తీసుకొచ్చేసారు" అంది నవ్వుతూ.

"అయ్యయ్యో ఇంకొన్నాళ్ళు ఈ విరహం తప్పదన్నమాట మీ ఇద్దరికీ!"

"పాపం కదే మేము! ఈ పెద్దవాళ్ళకు అర్థం కాదు" అంది బాధగా.

"చాల్లే! నువ్వు అమాయకురాలివేం కాదు. అప్పుడప్పుడు ఒక ముద్దు కొట్టేస్ ఉంటావు దొంగతనంగా."

గట్టిగా నవ్వేసింది అంకిత.

"ఏం చేస్తున్నావు తన్వీ? నీతో మాట్లాడి చాలా రోజులయ్యింది."

"అంతా మామూలే. నా ఫార్మ్ వర్క్, నా డిజైన్ వర్క్ తో రోజు గడిచిపోతుంది. ఇక్కడ చాలా బాగుంది నాకు. అన్నయ్యకు కొంత మనీ ఆల్రెడీ పంపేసాను."

"వావ్! సూపర్ తన్వి నువ్వు. ఏదైనా అనుకుంటే చేసే తీరతావు."

"థాంక్ యు! నా గొడవ సరే కానీ నెక్స్ట్ వీకెండ్ కలుద్దాము. మీ ఫస్ట్ నైట్ వివరాలు అన్నీ మినిట్ టై మినిట్ స్క్రిన్ ప్లే కావాలి నాకు."

"చూద్దాములే కానీ, మీ హెచ్. బి ఎలా ఉన్నారు?"

"అంతే హ్యాండ్సమ్ గా ఉన్నారు!" అన్నాను ఆశ్రిత ని తలచుకుని.

"పాపం కదే నేను, ఎదురుగా ఇంత హ్యాండ్సమ్ ఎలిజబుల్ బాచిలర్ ని పెట్టుకుని!" అన్నాను బాధగా ఇందాక దాని డైలాగ్ ఇమిటేట్ చేస్తూ.

ఇద్దరం గట్టిగా నవ్వేసాం.

"ఈ రోజు డిన్నర్ కి పిలిచాను. టై అంకిత! తొందరలో కలుద్దాం."

"సరే, ఎంజాయ్ యువర్ డిన్నర్. నాకు కూడా మినిట్ టై మినిట్ స్క్రిన్ ప్లే కావాలి " అని కాల్ కట్ చేసింది.

"ఒకే!" మొబైల్ టేబుల్ మీద పెట్టాను.

"ఎవరా హ్యాండ్స్మ్ ఎలిజిటుల్ బాచిలర్ తన్వి?" ఆశ్రిత్ గొంతు విని ఒకసారి షాక్ అయ్యాను. వెంటనే వెనక్కి తిరిగి చూసేసరికి తను గుమ్మం దగ్గర ఉన్నారు.

"హాయ్ ఆశ్రిత్!" అన్నాను కంగారుగా తడబడుతూ. ఎంత సేపు అయ్యింది మీరు వచ్చి? ప్లీజ్ కం ఇన్!"

"అంతే హ్యాండ్స్మ్ గా ఉన్నారు, అని నువ్వు అన్నప్పుడు వచ్చాను" అన్నారు కొంటెగా నవ్వుతూ.

"ఫ్రెండ్ తో మాట్లాడుతున్నాను. మొన్న పెళ్లయ్యుంది కదా ఆ అమ్మాయి. జస్ట్ సం రాండమ్ ఫన్ అంతే. తను నా బెస్ట్ ఫ్రెండ్." గటా గటా అనేసాను ఊపిరి తీసుకోకుండా. మనస్సు లో మా మాటలు

గుర్తుతెచ్చుకుంటున్నాను. ఎక్కడైనా దొరికిపోయానా అని అనుకుంటూ.

"రిలాక్స్ తన్వి! నేను విన్నానని మర్చిపో. మంచి వాసన వస్తుంది. నాకు ఆకలి వేస్తుంది. ఫుడ్ రెడీ గా ఉంటే తినేద్దామా?"

"అంతా రెడీ ఆశ్రిత్! టేబుల్ దగ్గర తిందామా? టీవీ చూస్తూ ప్రిఫర్ చేస్తారా?"

"టేబుల్ దగ్గర తిందాము. కబుర్లు చెప్పుకోవచ్చు" అన్నారు డైనింగ్ టేబుల్ దగ్గర చైర్ లో కూర్చుంటూ.

ఆశ్రిత్ బ్లూ జీన్స్, లైట్ యెల్లో టీషర్ట్ వేసుకున్నారు. ట్రిమ్ చేసుకున్న గడ్డం తో చాలా టైట్ గా కనిపిస్తున్నారు.

నేను ఫుడ్ ఐటమ్స్ మీద మూతలు తీసి పక్కన పెట్టి వడ్డించడం మొదలు పెట్టాను.

"నువ్వు కూడా కూర్చో తన్వి. అంత ఫార్మాలిటీ ఎందుకు?" నా చేయి పట్టుకుని ఆపారు. "ఇద్దరం కలిసి తిందాం."

"సరే!" ఆశ్రిత్ పక్కన ఉంటే నా సెన్సెస్ అన్నీ రెట్టింపు ఆక్టివేట్ అవుతాయి. నా కళ్యకు తను తప్ప ఏమీ కనపడవు, నా చెవులకు తన మాటలు తప్ప ఏమీ వినపడవు.

"చాలా ఐటమ్స్ చేసావు తన్వి. రేపు రెండు గంటలు బాడ్మింటన్ ఆడాలి నాతో."

"ఆడదాము, ఇప్పుడైతే ఏదీ వదలకుండా తినండి."

ఇద్దరికీ కొబ్బరి అన్నం వడ్డించాను. తను చికెన్ వడ్డించారు.

Chapter - 25

ఆశ్రిత్

"తన్వి, వంటలు అదిరి పోయాయి. చాలా రుచిగా వండావు. నీ ఫ్యూచర్ హస్బెండ్ చాలా లక్కీ ఫెలో" అన్నాను తింటూ.

"వంట బాగా చేస్తానని మాత్రమే అదృష్టవంతుడా?" అనేసి నాలుక కరుచుకుంది తన్వి.

గట్టిగా నవ్వేసాను. "ఇంకా చాలా ఉన్నాయి. ఆ లిస్ట్ తరువాత చెప్తాను" అన్నాను తన కళ్ళలోకి చూసి.

డిన్నర్ అయ్యింది. హ్యాండ్ వాష్ చేసుకుని టీవీ దగ్గర సోఫా లో వచ్చి కూర్చున్నాను.

"రిమోట్ టేబుల్ మీద ఉంది ఆశ్రిత్" అంది కిచెన్ లోంచి. టీవీ ఆన్ చేసి నెట్‌ఫ్లిక్స్ ఓపెన్ చేసాను.

నెట్ఫ్లిక్స్ సిరీస్ హిస్టరీ, రెకమెండేషన్స్ అన్నీ రొమాన్స్ క్యాటగిరీ ఉన్నాయి. చిన్నగా నవ్వుకుని అది క్లోజ్ చేసి ఆనిమల్ ప్లానెట్ ఓపెన్ చేసాను.

"నాకు హ్యాపీ ఎండింగ్ లవ్ స్టోరీస్ ఇష్టం ఆశ్రిత్" అంది వెనక నుంచి.

"తెలుస్తుంది తన్వి. నాకు థ్రిల్లర్స్ ఇష్టం."

రెండు బౌల్స్ లో సేమ్యా తీసుకొచ్చి నా ఎదురుగా నుంచుంది తీసుకోమని.

"ఆమ్మో కష్టం తన్వి, తినలేను ఇంక" ఇబ్బందిగా మొఖం పెట్టాను.

"ప్లీజ్ కొంచం తిని ఎలా ఉందో చెప్పండి."

తన చేతిలో బౌల్స్ తీసుకుని ఒకటి ఎదురుగా ఉన్న సెంటర్ టేబుల్ మీద పెట్టి, "రా ఇది మనిద్దరం తిందాం" అని తన చేయి పట్టుకుని నా పక్కన కూర్చోమన్నాను.

తన్వి మొహమాటంగా కూర్చుంది నా పక్కన. తన జాస్మిన్ పెర్ఫ్యూమ్ బాగుంది. నన్ను తనకి దగ్గరగా

లాగుతుంది. ఒక రెండు స్పూన్లు సేమ్యా తిని తనకు ఇచ్చాను. నా కళ్ళలోకి చూడకుండానే బౌల్ తీసుకుని ఒక స్పూన్ తీసుకుని నోట్లో పెట్టుకుంది.

"తన్వి, మనిద్దరి మధ్య ఆకర్షణ ఇద్దరికీ తెలుస్తోంది. ఈ రెండు రోజులు నన్ను నేను కంట్రోల్ చేసుకుందామని చాలా ప్రయత్నించాను. కానీ నిన్ను చూడాలని ప్రతి నిమిషం అనిపిస్తుంది. పని మీద నీ ఫోకస్ నచ్చింది, కంపెనీ ప్రారంభించాలి అన్న నీ గోల్ కోసం పగలు, రాత్రి నువ్వు కష్టపడే తీరు నచ్చింది. నీ కళ్ళంటే ఇష్టం, నీ పొడుగు జడ ఇష్టం, నీ నవ్వు ఇష్టం...మొత్తంగా నువ్వంటే చాలా ఇష్టం. నీతో ఉంటే టైం తెలియదు, అసలు వేరే ప్రపంచమే తెలియదు. అప్పుడప్పుడు నిన్ను టీజ్ చెయ్యాలనిపిస్తుంది. నేను ఏమైనా అన్నప్పుడు ఎర్రగా కందిపోయే నీ మొఖం నా రెండు చేతుల్లోకీ తీసుకుని ముద్దు పెట్టుకోవాలనిపిస్తుంది. ఇన్‌స్టాగ్రామ్ లో వేరే అబ్బాయిలతో ఉన్న నీ ఫొటోస్ చూసినప్పుడు చాలా అసూయ కలుగుతుంది. ప్రేమ, పెళ్ళి మీద నాకు

నమ్మకం లేదు. ఇంత తక్కువ టైమ్ లో మన మధ్య ఉన్నది ప్రేమ అని నేను అనలేను. కానీ మన మధ్య ఉన్నది ఏంటో తెలుసుకోవాలని ఉంది. నీకు కూడా ఇవే ఫీలింగ్స్ ఉంటే..." తనకు దగ్గరగా జరిగి చెవి దగ్గర మెల్లగా చెప్పాను "నువ్వ మొన్న సండే నేను, సాక్షి వచ్చినప్పుడు వేసుకున్న నైట్ డ్రెస్ వేసుకుని కనిపించు మేడ పైన నేను వెళ్ళిపోయాకా."

తన్వి నా మాటలకు షాక్ లో ఉంది. తన చేతిలో సెమ్యా ఒక స్పూను తీసుకుని తినేసి లేచి వచ్చేసాను నా రూమ్ కి. ఈరోజు ఏమయ్యందో నాకు మాటలు వరదలాగా వచ్చేసాయి. తన్వి దగ్గర ఉంటే నా కళ్ళు నా మాట వినవు, నా మనసు నా మాట వినదు, నా చేయి నా మాట వినదు.

Chapter – 26

తన్వి

ఆశ్రిత్ వెళ్ళిపోయి ఎంత సేపు అయ్యిందో నేను అలాగే సోఫా మీద కూర్చుండి పోయాను. "మన మధ్య ఉన్నది ఏంటో తెలుసుకోవాలని ఉంది..." అని తను చెప్పిన మాటలు రిపీట్ మోడ్ లో ప్లే అవుతున్నాయి.

కొంచెం ఉత్సాహంగా ఉంది. కొంచెం భయంగా ఉంది. ఇంత తక్కువ టైమ్ లో మన మధ్య ఉన్నది ప్రేమ అని నేను అనలేను అని అన్నారు. అది కూడా కరెక్టే. ఇంత తొందరగా ఒకరి మీద ప్రేమ పుట్టదేమో. ఆలోచనలతో చిరు చెమటలు పట్టాయి. టీనేజ్ అమ్మాయిలా ఇలా అయిపోతున్నాను ఏంటి? నా గుండె చప్పుడు నాకే వినిపిస్తుంది. ఆశ్రిత్ మీద క్రష్ ఉంది ఎప్పటినుంచో. తనంటే చాలా గౌరవం కూడా ఉంది. ఇంత దగ్గర నుంచి

చూసాక అది రెట్టింపు అయ్యింది. అనాథలకు తను చేసే సర్వీస్, అది సక్సెస్ అవ్వాలని తను ఈ ఫార్మ్ హౌస్ ని మేనేజ్ చేసే తీరు అన్నీ నచ్చాయి. ఎంతో మంచి మనసు ఉంటే కానీ ఇలా చెయ్యలేరు.

వెంటనే ఫోన్ తీసుకుని అంకిత కి వీడియో కాల్ చేసాను.

"అదేంటే అప్పుడే కాల్ చేసావు? డిన్నర్ అయిపోయిందా అప్పుడే వెళ్ళిపోయారా మీ హెచ్. బి?" అంది కాల్ ఎత్తగానే.

"అబ్బా నువ్వాపితే నేను మాట్లాడతాను. చెప్పేది పూర్తిగా విను. మధ్యలో ప్రశ్నలు వెయ్యకు" అని విసుక్కున్నాను.

"సరే తల్లీ, నా నోటికి ప్లాస్టర్ వేసుకుంటాను. నువ్వు చెప్పు!"

ఆశ్రిత్ చెప్పినదంతా చెప్పాను.

"అంకితా ఉన్నావా? ఇప్పుడేం చెయ్యను? నాకు ఏమీ తోచట్లేదు" అన్నాను.

"నువ్విలా షాక్ ఇస్తే మాటలు ఎలా వస్తాయి?"

"ఏం చెయ్యను అని అడుగుతున్నాను?"

"ఇంతకీ సండే ఏం నైట్ డ్రెస్ వేసుకున్నావు?"

"నేను ఇంత చెప్తే నీ టుర్రకి అది మాత్రమే ఎక్కిందా?" కోపగించుకున్నాను.

నవ్వేసింది. "తన్వి, ఎంత డీసెంట్ ప్రపోజల్లో చూడు. మన మధ్య ఏం ఉందో తెలుసుకుందాం అన్నారు. తను తొందర పడట్లేదు, నిన్ను తొందర పెట్టట్లేదు. ఇప్పుడు తొందర పడి కమిట్ అయ్యి తరువాత గొడవలు పడి విడిపోవడం ఎందుకు చెప్పు? నిజంగానే మీ ఇద్దరి మధ్య ఉన్నది ప్రేమ అయితే ఈ బంధం ఇలాగే కంటిన్యూ అవుతుంది."

"నేను ఈ ఫార్మ్ హౌస్ లో వర్క్ మొదలుపెట్టక ముందే తనంటే ఒక ఆరాధన. మా మధ్య ఏముందో

తెలుసుకునే లోపు నేను పికల్లోతు ప్రెమ లో మునిగిపోతే? ఆ తరువాత మా మధ్య ఉన్నది ప్రెమ కాదు ఆకర్షణ మాత్రమే అని తను అంటే?"

"అలా కాకుండా మీ మధ్య ఉన్నది ప్రెమ అని తెలుసుకుంటే?" అడిగింది వెంటనే.

"రెండిటికీ సగం సగం ఛాన్స్ ఉంది. నీకు ఆశ్రిత్ అంటే ఇష్టం. అంత మంచివారు అంటున్నావు, నీకు ఆంటీ, అంకుల్ లేని లోటు తీరుస్తారేమో? భయం పక్కన పెట్టు. కొంచెం లైఫ్ ఎంజాయ్ చెయ్యి. ఇష్టమైన వాళ్ళతో ఉంటే అంతా బాగుంటుంది. ఇది నా అభిప్రాయం కానీ నీ మనసుకి ఏమనిపిస్తుందో అది చెయ్యి. నీది ఏ నిర్ణయమైనా నేను నీకు సపోర్ట్ చేస్తాను. ఒకవేళ ఆ నైట్ డ్రెస్ వేసుకుంటే నాకు సెల్ఫీ పంపించు" అంది చివరిలో కన్ను కొడుతూ.

"సరే! బై" అని కాల్ కట్ చేసాను.

నా గుండె చప్పుడు వేగం పెరిగింది. మైండ్ అంతా బ్లాంక్ గా ఉంది. అమ్మా నాన్నల ఫొటో దగ్గరకు వెళ్ళాను.

"అమ్మా నీకు చాలాసార్లు చెప్పాను ఆశ్రిత్ గురించి, నా రోల్ మొడల్ అనీ నాకు తనలాగే కంపెనీ పెట్టాలని ఉంది అనీ. కానీ తనతో ఇలా పరిచయం, ఈ ఆకర్షణ అంతా ఒక కల లాగ ఉంది. మీరు నన్నువదిలి వెళ్ళిన కొద్ది రోజులకే ఇవన్ని జరిగిపోయాయి. ఇందులో మీ బ్లెస్సింగ్ ఉందేమో! మేమిద్దరం కలిసి ఉంటామేమో! నాకు తన ప్రపోజల్ ఒప్పుకోవాలని ఉంది. నువ్వే నాన్నకు చెప్పి ఒప్పించు."

Chapter - 27

ఆశ్రిత

నా మనసులో మాట తన్వి కి చెప్పాకా నా యామ్ కి వచ్చి సిటౌట్ లో కూర్చున్నాను టెన్షన్ తో ఎదురు చూస్తూ. తన్వి ఒప్పుకుంటే బాగుండు. ఒకవేళ ఒప్పుకోకపోయినా నేను ఈజీ గా తీసుకోవాలి. దాని వల్ల మా వర్క్ రిలేషన్ షిప్ లో ఎలాంటి ఇబ్బందీ రాకూడదు. తన్వి నా ఫార్మ్ కి దొరికిన మంచి మేనేజర్. తనవల్ల ఆశ్రమాలకు ఏ లోటు లేకుండా ఫుడ్ అందుతుంది. అది డిస్టర్బ్ అవ్వకూడదు.

ఇంతలో తన్వి మేడ పైన లైట్ ఆఫ్ అయ్యింది. ఒక్కసారిగా నిరాశ కమ్మేసింది. అయితే నాకు నో చెప్పేసిందా? నిరుత్సాహంగా వెనక్కి తిరగబోయాను.

ఈలోపు తన్వి మెయిన్ డోరు తీసుకుని బైటకు వచ్చింది. చీకట్లో తన డ్రెస్ కనిపించట్లేదు. కళ్ళు చికిలించి చూసాను. తను గోడ వరకూ వచ్చి దాని పైన ఏదో పెట్టింది.

టెన్త్ క్లాస్ రిజల్ట్స్ కోసం హాల్ టికెట్ నెంబర్ ఎంటర్ చేసి పేజ్ లోడింగ్ స్క్రిన్ చూస్తూ గోళ్ళు కొరుకుతున్న పిల్లాడిలా ఉంది నా పరిస్థితి.

ఒక నిమిషం తరువాత లైట్ ఆన్ అయ్యింది. తన్వి నేను అడిగిన నైట్ డ్రెస్ లో నుంచుని ఉంది. తన గోడ మీద టేబుల్ లైట్ పెట్టి ఆన్ చేసింది. లైట్ కింది వైపు ఉంది. లైట్ పైన ఉన్న షీల్డ్ నీడలో తన మొఖం కనిపించట్లేదు కానీ డ్రెస్ మాత్రం బాగా కనిపిస్తుంది.

నాలో సంతోషం తన్నుకు వచ్చింది. ఇంక ఆగలేకపోయాను. పరిగెత్తుకుంటూ వెళ్ళి ఒక రెండు నిమిషాల్లో తన మేడ మీద ఉన్నాను. తన్వి వెనక్కి తిరిగి అప్పుడే పైకి వచ్చిన నన్ను చూసింది. రెండు సెకండ్లలో తనకి ఎదురుగా నుంచున్నాను. తన

మొఖం నాకు ఇష్టమైన ఎరుపు రంగులో ఉంది. సిగ్గుతో కళ్ళు వాల్చుకుంది కానీ పెదవుల పైన అందమైన చిరునవ్వు.

తన వెనుక ఉన్న లైట్ ఆఫ్ చేసాను. కొద్ది క్షణాల్లో నా కళ్ళు వెన్నెలకి అలవాటు పడ్డాయి. తన మొఖాన్ని నా రెండు చేతుల్లోకి తీసుకున్నాను.

"తన్వి, నా కళ్ళలోకి చూడు" అడిగాను తననే చూస్తూ.

నెమ్మదిగా కళ్ళెత్తి చూసింది నా కళ్ళలోకి.

"థాంక్ యు, నా ప్రపోజల్ కి ఒప్పుకున్నందుకు. ఐ విల్ మేక్ ష్యూర్ థట్ యు ఆర్ హ్యాపీ అబౌట్ యువర్ డెసిషన్" అని తన కళ్ళ పై ముద్దు పెట్టుకున్నాను. తరువాత తన రెండు చెంపల పై చెరొక ముద్దు. తరువాత తన ముక్కు కొన పై ఒక ముద్దు. తన పెదవులకి దగ్గరగా నా పెదవులు తీసుకెళ్ళగానే తన్వి కళ్ళు గట్టిగా మూసుకుంది. తన మొఖం లోని

టెన్షన్ చూసి నవ్వుకున్నాను చిన్నగా. అంటీ అంటనట్టు తన పెదవులను నా పెదవులతో తాకాను.

"గుడ్ నైట్ తన్వి!" అని గట్టిగా కౌగలించుకుని తిరిగి చూడకుండా నా రూమ్ కి వచ్చేసాను.

Chapter - 28

తన్వి

ఆశ్రిత్ వెళ్ళిపోయిన కొద్దిక్షణాలకి కళ్ళు తెరిచాను. మనసంతా గందరగోళంగా ఉంది. వెనక్కి తిరిగి ఆశ్రిత్ నే చూస్తున్నాను. మా క్వార్టర్స్ దాటి తన ఫార్మ్ హౌస్ లోకి వెళ్ళారు. ఒక రెండు నిమిషాల తరువాత తన సిటౌట్ లో కనిపించారు. చెయ్యెత్తి ఊపారు నాకు. నేను కూడా అలాగే బదులిచ్చాను. తను నన్ను చూస్తుండగానే నేను లోపలి వచ్చి తలుపు వేసుకున్నాను.

అలాగే మంచం మీద పడుకుని మా ఇద్దరి సంభాషణ గుర్తు చేసుకున్నాను. "ఐ విల్ మేక్ షూర్ థట్ యు అర్ హ్యాపీ అబౌట్ యువర్ డెసిషన్..." అన్న ఆశ్రిత్ మాటలు పదే పదే వినిపిస్తున్నాయి.

ఇంతలోనే నా పెదవులపై తన పెదవుల స్పర్శ గుర్తొచ్చి అప్రయత్నంగా నా వేళ్ళు నా పెదవులను తడిమాయి. నా మొదటి ముద్దు ఎక్స్పీరియన్స్ ఇది. సిగ్గుతో నవ్వుకుంటూ పక్కనే ఉన్న తలగడ తీసుకుని నా మొఖం పై కప్పుకున్నాను.

చాలా సేపు నిద్ర పట్టలేదు. నా మొబైల్ ఫోన్ తీసుకుని గూగుల్ లో ఆశ్రిత్ ఫొటోస్ ఓపెన్ చేసి చూస్తూ గడిపేసాను. ఒక పావుగంట తరువాత ఆశ్రిత్ నుంచి మెసేజ్ వచ్చింది.

"తన్వీ, నిద్ర పోయావా?"

"లేదు. నిద్ర పట్టట్లేదు."

"నాది కూడా అదే పరిస్థితి. క్యారమ్స్ ఆడదామా?"

"దాని కంటే ముందు నాది ఒక ప్రశ్న."

"అడుగు!"

"నన్ను ఈ నైట్ డ్రెస్ ఎందుకు వేసుకోమన్నారు?"

"ఎందుకంటే ఆ రోజు నువ్వు ఆ నైట్ డ్రెస్ లో హాట్ గా ఉన్నావు. కానీ మేము రాగానే డ్రెస్ మార్చుకున్నావు. నిన్ను మళ్ళీ అందులో చూడాలనిపించింది."

"ఓహ్!"

"ఇంక గేమ్ మొదలుపెడదామా? ఈసారి టెట్ కావాలి."

"ఏంటి మీ టెట్?"

"ఎవరు ఓడిపోయినా వాళ్ళ లైఫ్ లో ఒక నాటి సిక్రెట్ షేర్ చేసుకోవాలి."

"ఒకే!"

గేమ్ స్టార్ట్ చేసాము. ఆశ్రిత్ ఈరోజు చాలా డామినేటింగ్ గా ఉన్నారు. మూడు స్ట్రైకింగ్ ఛాన్సెస్ లోనే బోర్డు క్లియర్ అయ్యింది.

"వావ్! నేను నెగ్గాను. నువ్వు నీ నాటి సిక్రెట్ షేర్ చేసుకోవాలి." అని మెసేజ్ చేశారు.

మెసేజ్ కి రిప్లై ఇచ్చేలోపలే కాల్ చేసేసారు. " నీ నోటితో వినాలి ఆ సీక్రెట్" అని.

"నాకు సీక్రెట్స్ ఏమీ లేవు ఆశ్రిత్. అంత అడ్వెంచర్స్ ఏమీ చెయ్యలేదు నేను."

"నేను నమ్మను! చెప్పాల్సిందే."

"సరే...నేను చెప్పేది మీ నాటీ లిస్ట్ లోకి వస్తుందో రాదో తెలియదు. మొన్న అమెరికా వెళ్ళినప్పుడు మా గర్ల్స్ నైట్ అవుట్ లో లైఫ్ లాంగ్ గుర్తుండి పోయేలా ఏదైనా చేయాలనుకున్నాం. అందరం కలిసి ఒకొక్క ఐటం ఆడ్ చేసి ఒక లిస్ట్ తయారు చేసాం."

"ఎదపైన టాటూ వేయించుకోవాలి అని నేను యాడ్ చేసాను, బొడ్డు కి స్టడ్ కుట్టించుకోవాలి అని ఒక ఫ్రెండ్ యాడ్ చేసింది, నడుం మీద సీతాకోక చిలుక టాటూ వేయించుకోవాలని ఒకరు.... ఇలా అందరం తయారు చేసిన లిస్ట్ లో ఐటమ్స్ ఒకొక్కటి చిట్స్ లో రాసి తీసాం ఒకొక్కరం. ఎవరికి ఏది వస్తే అది చెయ్యాలి."

"నువ్వ ఏం పిక్ చేసావు తన్వి?" ఆశ్రిత వెంటనే అడిగారు.

"నాకు నడుం మీద సితాకోక చిలుక టాటూ వేయించుకోవాలి అని వచ్చింది."

"మ్మ.... వేయించుకున్నావా?"

"ఎస్! ఒకటి కాదు మూడు...ఒకదాని వెనుక ఒకటి ఎగురుతున్నట్టు."

"నేను చూడాలి!"

"అది కాదు టెట్! సీక్రెట్ చెప్పాలి అన్నారు, నేను చెప్పేసాను. గుడ్ నైట్!" అని నవ్వేస్తూ కాల్ కట్ చేసాను.

"అట్లీస్ట్ ఏ పిక్?" మెసేజ్ వచ్చింది వెంటనే.

లాఫింగ్ స్మైలీ రిప్లై చేసాను.

ఆశ్రిత్

నడుం మీద సీతాకోకచిలుకల టాటూ ఎలా ఉండి ఉంటుంది? ఇంటరెస్టింగా అనిపించింది. పాల మీగడ లాంటి తన వంటి రంగు మీద బ్లాక్ కలర్ సీతాకోకచిలుకలు ఊహించుకోవడానికి ట్రై చేసాను. ఒక్కసారిగా ఒళ్ళంతా చెమటలు పట్టేసాయి. టూ హాట్ టు హేండిల్!

ఇంతలో ఫోన్ రింగ్ అయ్యింది. సాక్షి కాలర్ ఐడి చూసి టైం చూసాను. రాత్రి పన్నెండు గంటలవుతుంది. ఇప్పుడెందుకు కాల్ చేస్తుంది? అనుకుని కాల్ ఆన్సర్ చేసాను.

"ఆశ్రిత్! సారీ నిద్ర లోంచి లేపేసాను. కానీ ఎమర్జెన్సీ! మొన్న పీటర్ కి ప్రామిస్ చేసిన డిజైన్స్ ఈ

రోజు డెలివర్ చేసారు టీమ్. తన నుంచి ఇప్పుడే మెయిల్ వచ్చింది. అసలు మీకు రిక్వైర్మెంట్స్ పూర్తిగా అర్థం కాలేదు మీకు ఎందుకు ఇవ్వాలి ప్రాజెక్ట్ అని ఫుల్ ఫైర్ మీద ఉన్నాడు. నువ్వు హేండిల్ చేస్తే బాగుంటుంది." అంది.

"ఓకే! ఒక ఐదు నిమిషాల్లో ప్రాజెక్ట్ మేనేజర్ ని మన లీడ్ డిజైనర్ సందీప్ ని మీటింగ్ లోకి పుల్ చెయ్యి. ముందు ఏం జరిగిందో మనం తెలుసుకుందాం. దాన్ని బట్టి క్లయింట్ కి రెస్పాండ్ అవుతాను. ప్యానిక్ అవ్వద్దు. లెట్ అస్ టుగెథర్ హేండిల్ థిస్!"

ముప్పై నిమిషాల తరువాత మా నలుగురి కాల్ పూర్తి అయ్యింది. జరిగినది ఏంటి అంటే సందీప్ పాత రిక్వైర్మెంట్స్ మీద వర్క్ చేసాడు. తన దగ్గరకి కొత్త వెర్షన్ ఫైల్ చేరలేదు. ఈ ప్రాజెక్ట్ మీద లీడ్ డిజైనర్ ని పెట్టాము కదా టైమ్ తక్కువ ఉందని ప్రాజెక్ట్ మేనేజర్ రివ్యూ చెయ్యలేదు క్లయింట్ కి పంపించేముందు.

ఇలాంటి పొరపాట్లు జరుగుతుంటాయి అప్పుడప్పుడు. ఇప్పుడు ఎలా సాల్వ్ చెయ్యాలో ఆలోచించాలి జరిగిపోయిన దానికి విచారించే కంటే. జరిగిన తప్పు ఒప్పుకుని క్లయింట్ దగ్గర ఒక రెండు రోజులు టైమ్ తీసుకోవాలి మళ్ళీ డిజైన్స్ మీద వర్క్ చేసి పంపించడానికి. ఇంత వరకు బాగానే ఉంది కానీ సందీప్ రేపటినుంచి లీవ్ లో ఉన్నాడు. తన పెళ్ళి కోసం పదిహేను రోజులు లీవ్ తీసుకున్నాడు. జూనియర్ డిజైనర్స్ ఉన్నారు కానీ వాళ్ళకి ఇంత పెద్ద వర్క్ ఇవ్వలేము.

ఆలోచించి సాక్షి కి కాల్ చేసాను. "సాక్షి! ఎవరైనా ఫ్రీలాన్స్ డిజైనర్ ఉన్నారేమో చూడు. ఎక్స్పీరియన్స్ ఉన్న వాళ్ళు కావాలి. నేను వర్క్ చేస్తాను వాళ్ళతో. పీటర్ ని ఇంప్రెస్స్ చెయ్యడానికి ఈసారి డిజైన్స్ తో పాటు ఇంటరాక్టివ్ ఫ్లో కూడా ఇద్దాం అండ్ అప్లికేషన్ శాంపిల్ స్క్రీన్స్ కూడా డెవలప్ చేయుద్దాం."

"ఒకే ఆశ్రిత్! ఫ్రిలాన్సర్స్ ప్రొఫైల్స్ లో మనకు కావాల్సిన ప్రొఫైల్స్ ఎంపిక చేసి కాల్ చేస్తాను."

"ఒకే! నేను పీటర్ కి మెయిల్ చేస్తాను. మళ్ళీ ఒక గంటలో మాట్లాడదాం తరువాత ఏమి చెయ్యాలో."

పీటర్ కి క్షమాపణలు చెప్తూ మెయిల్ చేసాను. మా వైపు జరిగిన మిస్ కమ్యూనికేషన్ వివరించాను. ఒక రెండు రోజులు టైమ్ ఇస్తే సరిచేస్తామని అన్నాను.

ఒక ఐదు నిమిషాల తరువాత పీటర్ నుంచి రిప్లై వచ్చింది సోమవారం లోపల డిజైన్స్ పంపమని.

తనకి థాంక్స్ చెప్తూ రిప్లై ఇచ్చాను. లేచి వాటర్ తాగుదామని ఫ్రిడ్జ్ దగ్గరకి వెళ్తుంటే మళ్ళీ సాక్షి కాల్ చేసింది.

"ఆశ్రిత్! తన్వి చేస్తుందేమో అడుగుదాము. నాకు ఇప్పుడే తట్టింది" అంది.

"ఒకే! తన డిజైన్ ప్రొఫైల్ కూడా బాగుంది. పొద్దున్న మాట్లాడు తనతో, లేటు గా పడుకుంది." అనేసాక నాలిక కరచుకున్నాను నోరు జారిపోయాను అని.

"ఎలా తెలుసు లేటు గా పడుకుంది అని?" అడిగింది పెద్ద ఇన్వెస్టిగేటర్ లా.

"ఇందాకటి వరకు లైట్ వెలిగింది తన రూమ్ లో!" ఏదో నోటికొచ్చింది మాట్లాడేసాను.

"సరే కానీయ్, ఈ పని అయ్యాక మీ ఇద్దరి మధ్య ఏం జరుగుతుందో కనిపెడతాను."

"సరే, పొద్దున్నే ఇద్దరు అప్లికేషన్ కోడర్స్, మన జూనియర్ డిజైనర్ ని తీసుకుని రా. ఈ రెండు రోజులు ఇక్కడినుంచే వర్క్ చేద్దాము. తన్వి తో మాట్లాడి ఒప్పించు. గుడ్ నైట్!"

ఫోన్ పెట్టేసి తన్వి కి మెసేజ్ చేసాను, "ఇప్పటివరకు వర్క్ చేసాను, పొద్దున్న బ్యాడ్మింటన్ క్యాన్సల్" అని బెడ్ పైన వాలుతూ.

తన టాటూ గుర్తొచ్చి మళ్ళీ అటు ఇటు తిరిగాను రెస్ట్‌లెస్ గా బెడ్ మీద. ఆ ఆలోచన పక్కన పెట్టకపోతే కష్టం అని ప్రాజెక్ట్ మీదకు దృష్టి మరల్చి తలగడ మొఖం మీద అదిమి పెట్టుకుని పడుకున్నాను.

Chapter – 30

తన్వి

పొద్దున్న లేవగానే ఆశ్రిత్ మెసేజ్ చూసాను. నా రొటీన్ పూర్తి చేసుకుని వాక్ కి బయలుదేరుతుంటే సాక్షి కాల్ చేసింది.

"హాయ్ సాక్షి!" అన్నాను.

"హాయ్ తన్వి! ఇంత పొద్దున్నే కాల్ చేసి డిస్టర్బ్ చేసానా?"

"లేదు లేదు. ఇప్పుడే మార్నింగ్ వాక్ కి బయలుదేరాను. బిజీగా ఏమీ లేను."

"సరే అయితే నువ్వు నడుస్తూనే మాట్లాడు. ఒక ఇంపార్టెంట్ విషయం."

నాతో ఇంపార్టెంట్ విషయం ఏమై ఉంటుందా అని నడక మొదలుపెట్టాను.

"తన్వి, మా ప్రాజెక్టు లో చిన్న ఇష్యూ, క్లయింట్ కి అప్లికేషన్ డిజైన్స్ రీవర్క్ చేసి పంపాలి. మా లీడ్ డిజైనర్ సెలవులో ఉన్నాడు. అతని పెళ్ళి. మేము ఫ్రీలాన్సర్ కోసం చూస్తున్నాము. ఎక్కువ టైమ్ లేదు. సోమవారం లోపు పంపించాలి డిజైన్స్ క్లయింట్ కి. నువ్వు వర్క్ చేస్తావా?"

"చేస్తాను కానీ రిమోట్ అయితే ఓకే సాఫ్ట్ ఇక్కడ పనులు కూడా ఉంటాయి కదా?"

"ఓహ్ నేను చెప్పడం మర్చిపోయాను. ఈ రెండు రోజులూ అందరం అక్కడి నుంచే వర్క్ చేస్తాము. ఇక్కడి నుంచి నేను వస్తున్నాను. ఇద్దరు కోడర్స్, ఒక జూనియర్ డిజైనర్ ని తీసుకుని. ఆశ్రిత్ నిన్ను గైడ్ చేస్తాడు."

"వావ్! నేను వర్క్ చేస్తాను సాఫ్ట్!"

"నీ కొటేషన్ పంపించు నా మెయిల్ కి ఫైనాన్స్ వాళ్ళ అప్రూవల్ తెచ్చుకోవాలి నేను."

" సరే సాక్షి, దీనిలో డబ్బు కన్నా ఆశ్రిత్ తో వర్క్ చేసే అవకాశం నాకు ఇంపార్టెంట్."

"ఓకే! ఒప్పుకున్నందుకు థాంక్స్. రెండు గంటల్లో కలుద్దాం ఆశ్రిత్ మేడ మీద."

"బై సాక్షి!"

"బై తన్వి!"

ఫోన్ కట్ చేసి నా మార్నింగ్ వాక్ కంటిన్యూ చేసాను.

ఒక గంట తరువాత తిరిగి వచ్చి ఈ రోజు కోతల టైమ్ రాలేను అనీ, అది అయిపోయాక ఫోన్ చేస్తే ఆశ్రమాల వివరాలు ఇస్తానని శ్రీను కి చెప్పాను.

అక్కడి నుంచి రూమ్ కి వచ్చి బ్రెడ్ ఆమ్లెట్ చేసుకుని తిని, ఆశ్రిత్ కోసం కూడా ఒకటి చేసి హాట్ ప్యాక్ లో పెట్టి తీసుకుని ఫార్మ్ హౌస్ కి వెళ్ళాను. పైన సిటౌట్ లో తన డైనింగ్ టేబుల్ మీద పెట్టి ఒక పిక్ తీసి

ఆశ్రిత్ కి పంపించాను. "గుడ్ మార్నింగ్ ఆశ్రిత్! మీ కోసం ట్రైక్ ఫాస్ట్ రెడీ" అన్న మెసేజ్ తో.

నా రూమ్ కి తిరిగి వచ్చి స్నానం చేసి ఫ్రెష్ అయ్యాను. తల ఆరబెట్టుకుంటుండగా ఆశ్రిత్ కాల్ చేసారు.

"గుడ్ మార్నింగ్ బ్యూటిఫుల్!" అన్నారు కాల్ లిఫ్ట్ చెయ్యగానే.

"గుడ్ మార్నింగ్!" నవ్వుతూ చెప్పాను.

"నేను మీతో వర్క్ చేస్తానని చెప్పింది సాక్షి. ఇది నాకు బెస్ట్ మార్నింగ్!" అన్నాను.

"అప్పుడే కాల్ చేసిందా సాక్షి?"

"ఎస్! మీ దగ్గర నుంచి చాలా నేర్చుకోవచ్చు ఈరోజు."

"మరి గురుదక్షిణ ఏమిస్తావు?"

"మీరు అడగండి."

"అది టైమ్ వచ్చినప్పుడు అడుగుతాను కానీ ఇప్పుడు టైటకి రా, నిన్ను చూడాలని ఉంది."

"రాను! ఇప్పుడే స్నానం చేసాను. ప్రాపర్ డ్రెస్ లో లేను."

"పర్వాలేదు రా తన్వి!"

నేను టిషర్ట్ డ్రెస్ లో ఉన్నాను. అలాగే వచ్చాను బయటికి. ఆశ్రిత్ టిషర్ట్, షార్ట్స్ వేసుకుని ఉన్నారు. అప్పుడే మంచం మీది నుంచి లేచిన జుట్టు. ఎండకు కళ్ళకి చేతులు అడ్డు పెట్టుకుని చూస్తున్నారు.

గోడ వరకు వచ్చి చేయి ఊపాను. తాను కూడా చేయి ఊపి, కౌగిలించుకుంటున్నట్టు చేతులు చుట్టారు తనకు ఎదురుగా. నేను కూడా అదే చేసి లోపలి వచ్చేసాను.

Chapter – 31

ఆశ్రిత్

పదిన్నరకు సాక్షి, కళ్యాణ్, వల్లభ్, రిషి వచ్చారు ఫార్మ్ హౌస్ కి. వాళ్ళని రిసీవ్ చేసుకున్నాను కారు దగ్గరకి వెళ్ళి. వాళ్ళు ఉండటానికి కింది ఫ్లోర్ లో రూమ్స్ చూపించాను. బ్యాగ్స్ లోపల పెట్టుకుని లాప్టాప్ తీసుకుని పైకి వచ్చేయమన్నాను.

నేను పైకి వెళ్ళి వాళ్ళకి ఫార్మ్ నుంచి తెప్పించిన కొబ్బరి నీళ్ళు గ్లాసుల్లో సర్వ్ చేసి ఉంచాను. కళ్యాణ్ మా జూనియర్ డిజైనర్. తన్వి, కళ్యాణ్ లు నాతో వర్క్ చేస్తారు. వల్లభ్, రిషి లు సాక్షి తో వర్క్ చేస్తారు శాంపిల్ అప్లికేషన్ డెవలప్ చెయ్యడానికి.

తన్వి ఇప్పుడే వచ్చింది. బ్లాక్ అండ్ వైట్ చెక్స్ క్రాప్ టాప్, బ్లూ జీన్స్ వేసుకుంది. తన టాప్ పొట్టిగా నడుం

దగ్గర లూజ్ గా ఉంది. తన పాంట్స్ వేస్ట్ లైన్ కి టచ్ అవుతుంది తన టాప్. చిన్నగా స్మైల్ చేసాను తనని చూసి.

ఏంటి అన్నట్టు కళ్ళు ఎగరేసింది. నా మొబైల్ తీసుకుని మెసేజ్ చేసాను.

"టీజ్ చేస్తున్నావా?"

మెసేజ్ చదివి అడ్డంగా తల ఊపింది అమాయకంగా మొఖం పెట్టి.

ఈలోపు సాక్షి తో సహ అందరూ పైకి వచ్చారు. అందరినీ కొబ్బరి నీళ్ళు తీసుకోమని చెప్పాను.

"నైస్ టాప్ తన్వి!" అని సాక్షి వెళ్ళి కౌగిలించుకుంది తన్వి ని. తన్వి ని మిగతా స్టాఫ్ కి పరిచయం చేసింది.

వాళ్ళకి ఇంటర్నెట్ పాస్వర్డ్ ఇచ్చాను. అందరూ డైనింగ్ టేబుల్ మీద లాప్టాప్స్ సెట్ చేసుకున్నారు.

"థాంక్ యు ఆల్ ఫర్ కమింగ్. ఈ రెండు రోజులు ఫోకస్ చేసి వర్క్ చేస్తే క్లయింట్ నమ్మకాన్ని తిరిగి గెలవొచ్చు." అన్నాను అందరినీ ఉద్దేశించి.

"నేను, తన్వి, కళ్యాణ్ లకి ప్రాజెక్టు రిక్వైర్మెంట్స్ వివరిస్తాను. వాళ్ళు డిజైన్స్ మీద వర్క్ చేసాక రివ్యూ చేసి ఫైనలైజ్ అయ్యాక ఇంటరాక్టివ్ ఫ్లో అండ్ శాంపిల్ అప్లికేషన్ బిల్డ్ చేద్దాము." ప్లాన్ వివరించాను.

తన్వి, కళ్యాణ్ లకు ప్రాజెక్టు రిక్వైర్మెంట్స్ వివరించాను. సాక్షి సిటీ లోని రెస్టారంట్ కి ఫోన్ చేసి ఈ రెండు రోజులకూ మూడు పూటలా ఫుడ్ డెలివరీ ఆర్డర్ చేసింది.

తన్వి లంచ్ తరువాత వర్క్ మొదలు పెట్టి డిన్నర్ టైమ్ లోపల అప్లికేషన్ వైర్ఫ్రేమ్స్ డ్రా చేసింది. డిన్నర్ అయ్యాక అందరం కూర్చొని డిజైన్స్ రివ్యూ చేసాము. కొన్ని సూచనలు, కొన్ని మార్పులు వచ్చాయి. కన్ఫర్మ్ అయిన స్క్రీన్స్ కళ్యాణ్ ని కోడర్స్ తో కూర్చుని డెవలప్ చేయించమని చెప్పాను. తన్వి మార్పుల మీద వర్క్ చేస్తుంది.

"తన్వి, ఏదైనా క్లారిఫికేషన్ కావాలా?" అడిగాను.

"లేదు ఆశ్రిత్! అంతా క్లియర్ గా ఉంది" అంది ఏదో వెతుక్కుంటూ.

లేచి వెళ్ళి తన తలలో గుచ్చిన పెన్సిల్ తీసి ఇచ్చాను. చిన్న నవ్వుతో తీసుకుంది నా చేతిలోంచి.

తరువాత తన వర్క్ లో మునిగిపోయింది. హెయిర్ లూజు గా ముడి వేసుకుని, కళ్ళకి ఏంటి గ్లేర్ అద్దాలు పెట్టుకుంది, కాళ్ళు పైకి మరం వేసుకుని కూర్చుంది. జడలోంచి వచ్చేసిన జుట్టు మొఖం మీద పడి విసిగిస్తుంటే దాంతో యుద్ధం చేసి ఓడిపోయి ఊరుకుంది. ఒక రెండు గంటలు కూర్చున్న చోటు నుంచి లేవకుండా వర్క్ పూర్తి చేసింది.

మిగతా వాళ్ళు కిందకి వెళ్ళిపోయారు లాప్టాప్స్ సర్దేసి. సాక్షి, నేను రివ్యూ చేసాము.

"తన్వి, గుడ్ జాబ్! ఈరోజుకి ఆపేద్దాము. చాలా లేటు అయ్యింది. మిగతాది రేపు చూద్దాము" అన్నాను.

"ఒకే!" అని లేచింది తన లాప్టాప్, పేపర్స్ అవీ సర్దుకుంటూ.

"నువ్వు కూడా ఇక్కడే పడుకో నా రూమ్ లో" అంది సాక్షి తన్వి తో.

"ఇంకా నా వర్క్ ఉంది సాక్షి. ఇంకెప్పుడైనా చూద్దాము."

"రేపు సౌమ్య వాళ్ళు వస్తున్నారు. మనం గర్ల్స్ నైట్ అవుట్ చేద్దాం" అంది సాక్షి మెట్ల వైపు అడుగులు వేసి.

"ఒకే! రేపటికి కొంచెం ఫ్రీ అవుతాము కూడా" అని తన్వి తన వెనకాలే ఫాలో అయ్యింది.

"తన్వీ! ఫిష్ కి ఏదో ఫుడ్ ఆర్డర్ చెయ్యాలి అన్నావు కదా? ఒకసారి వచ్చి చూడు. ఇప్పుడే చేసేద్దాం" అన్నాను.

తన్వి వెనక్కి తిరిగి నా వంక చూసింది అయోమయంగా. ఈలోపు సాక్షి కొంచెం ముందుకి వెళ్ళిపోయింది.

తన్ని చేయి పట్టుకుని నా బెడ్రూమ్ గోడ పక్కకి లాగాను. తన వీపు గోడకి ఆన్చి నా రెండు చేతులూ తన తలకి అటూ ఇటూ గోడకి పెట్టాను ఎదురుగా నిలబడి.

"సాక్షి పైకి వస్తుందేమో!" అంది నా మొఖం లోకి చూస్తూ.

తన అద్దాలు తీసి మడిచి నా షర్ట్ కి తగిలించుకున్నాను.

"ఐ మిస్ యు!" అన్నాను తన కళ్ళలోకి చూసి.

"మిస్ అయ్యారా? పొద్దున్నుంచి కలిసే ఉన్నాము కదా?" అంది నవ్వేసి.

"వాళ్ళందరూ కూడా ఉన్నారు కదా చుట్టూ!"

"ఓహ్!" నవ్వింది అందంగా.

"ఈ టాప్ ఎందుకు వేసుకున్నావు? టాటూ చూడలేనని టీజ్ చేస్తున్నావా నన్ను?" అడిగాను నా కుడి చేతిని తన నడుం వంపు దగ్గర టాప్ కి పాంట్స్ కి

మధ్య ఉన్న గ్యాప్ లో కి పోనిచ్చి. మెత్తగా తన స్కిన తగులుతుంది అని ఊహిస్తే క్లాత్ తగిలింది. వెంటనే ప్రశ్నార్ధకంగా మొఖం పెట్టాను.

నా మొఖం చూసి గట్టిగా నవ్వేసింది తన్వి. "లోపల స్లిప్ ఉంది. అంత ఈజీ గా టాటూ చూపిస్తానా?"

"స్మార్ట్ గర్ల్! నీ ఛాలెంజ్ నాకు ఒకే. సండే లోపల టాటూ చూస్తాను. అక్కడ ముద్దు కూడా పెట్టుకుంటాను. అప్పటి వరకు ఒక ముద్దు ఇచ్చి వెళ్ళు" అన్నాను తన చెవి దగ్గర అలాగే తనని గోడకి అదిమి పెట్టి.

తన తల కొంచెం తిప్పి నా చెంప మీద ముద్దు పెట్టింది లైట్ గా.

"మనం ప్రికేజీ లో ఉన్నామా? నాకు పెదవుల పైన కావాలి" అన్నాను.

"ఇంకా అవ్వలేదా మీ ఫిష్ ఫుడ్ ఆర్డర్?" కిందనుంచి అరిచింది సాక్షి.

తన్వి కంగారుగా నా కళ్ళలోకి చూసింది.

వెంటనే నా రెండు చేతుల్లోకి తన మొఖం తీసుకుని తన పెదవుల పై ఒక ముద్దు పెట్టేసాను నిన్నటి కంటే కొంచెం గాఢంగా.

తన్వి వెంటనే మెట్లు దిగి వెళ్ళిపోయింది. తను మా గేటు దాటి తన పెంట్ హౌస్ కి వెళ్ళే వరకు అక్కడే నుంచున్నాను.

"తన్వి, నీకు నేను అలవాటు పడి పోయాను. నీ సమక్షంలో అన్నీ మర్చిపోతాను. నువ్వు కొంచెం దూరమైనా నా కళ్ళు నిన్ను వెతుకుతూనే ఉంటాయి. నువ్వు దగ్గర ఉంటే నా చేతులు నా మాట వినవు. రోజు పొద్దున్నే నువ్వు కనిపించే వరకు నిమిషాలు కూడా లెక్కపెడ్తున్నాను అంటే నన్ను నేనే నమ్మలేకపోతున్నాను. ఒకరి మీద ప్రేమ ఇంత తొందరగా ఎలా వస్తుంది అని అనిపిస్తుంది. మళ్ళీ మన మధ్య ఆకర్షణ కన్నా బలమైనది ఏదో ఉంది అనిపిస్తుంది. ఒకవేళ ఇది ప్రేమే అయితే నువ్వంటే

నాకు తరగనంత ప్రేమ. ఈ వారం తరువాత నేను ఒక్కడినే ఉండగలనా? నిన్ను ఇక్కడ వదిలేసి వెళ్ళగలనా? నాతో వచ్చేయి తన్వి, నాతోనే ఉండిపో ఎప్పటికీ!"

నా డిజిటల్ డైరీ లో నా మొదటి ప్రేమ లేఖ రాసి లాప్టాప్ క్లోజ్ చేసాను.

Chapter – 32

తన్వి

మెయిన్ డోర్ తాళం తీసి ఆశ్రిత్ మేడ పైకి చూసి చేయి ఊపి ఇంటి లోపలకి వచ్చేసాను. తన ముద్దు స్పర్శ పెదాలపై ఇంకా ఉంది. "ఆశ్రిత్, మీకు మన మధ్య ఏముందో తెలుసుకోవాలని ఉందేమో కానీ నేను మీకు ఎప్పుడో పడిపోయాను." అనుకున్నాను నాలో నేను.

రిఫ్రెష్ అయి నా క్లైంట్స్ వర్క్ ఒక గంట సేపు చేసుకుని పడుకున్నాను.

పొద్దున్నే లేచి శ్రీను ని కలిసి నిన్నటి వివరాలు తెలుసుకున్నాను. ఈరోజు కూడా రాలేను నువ్వే చూసుకోవాలి అని చెప్పాను.

"ఈరోజు కూలీలకు డబ్బులు ఇవ్వాలి మేడం, మళ్ళీ రేపు ఆదివారం కదా" అన్నాడు.

"గుర్తుంది శ్రీను, నేను కూలీ డబ్బులు సాయంత్రం వాళ్ళ అకౌంట్స్ లో వేసేస్తాను. నువ్వు అంతా జాగ్రత్తగా చూసుకో."

శ్రీను కి జాగ్రత్తలు చెప్పేసి నా రూమ్ కి వచ్చేసాను. స్నానం చేసి ట్రెక్ ఫాస్ట్ చేస్తుండగా కారు వచ్చిన శబ్దం వినిపించింది. సౌమ్య వాళ్ళు వచ్చినట్టున్నారు.

సౌమ్య, వరుణ్ చాలా అందమైన జంట. ఇద్దరి మధ్యా బోలెడు ప్రేమ. వరుణ్ నోరు తెరిచి ఏమీ అడగకుండానే సౌమ్య అన్నీ అమర్చేస్తుంది. ఎంతమంది ఉన్నా వరుణ్ ఏదో రకంగా సౌమ్య కి దగ్గరలోనే ఉంటారు. తన చేయి పట్టుకునో, లేక భుజం చుట్టూ చెయ్యి వేసో. ఒక నిట్టూర్పు విడిచాను సౌమ్య అదృష్టవంతురాలు అనుకుంటూ.

ఈరోజు ఇంతమంది మధ్య ఆటలు వద్దు. చుడిదార్ వేసుకుంటాను. నిన్న సరదాగా టీజ్ చేసాను కానీ ఎక్కువ అయితే అందరి ముందూ దొరికిపోతాం ఇద్దరం.

ఆరంజ్ కలర్ కుర్తా, బ్లాక్ లెగ్గింగ్స్ వేసుకున్నాను. హెయిర్ కి పైన క్లిప్స్ పెట్టి పోనీటైల్ వేసుకున్నాను. చెవులకి సిల్వర్ బుట్టలు పెట్టుకున్నాను. చిన్న నల్ల బొట్టు, కళ్ళకి కాటుక, పెదాలకు లైట్ షేడ్ లిప్స్టిక్ తో నా మేకప్ పూర్తి అయ్యింది. ఒకసారి చివరిగా అద్దం లో చూసుకుని లాప్టాప్ తీసుకుని బయలుదేరాను.

ఫార్మ్ హౌస్ గేటు ఓపెన్ చేస్తుంటే "తన్వీ!" అని ఆశ్రిత్ పిలుపు వినిపించింది. పిలుపు వినిపించిన వైపు చూసాను.

తను షాడో ని మార్నింగ్ వాక్ కి తీసుకెళ్ళినట్టున్నారు. ఇప్పుడు తిరిగి వస్తున్నారు.

"గుడ్ మార్నింగ్ ఆశ్రిత్! హాయ్ షాడో" అని విష్ చేసాను ఇద్దరినీ.

ఆశ్రిత్ చిన్న స్మైల్ ఇచ్చారు. షాడో పరిగెత్తుకుంటూ వచ్చింది నా దగ్గరికి. నేను మోకాళ్ళ మీద కూర్చుని షాడో తల నిమిరాను ప్రేమగా.

ఇంతలో ఆశ్రిత్ మమ్మల్ని చేరుకున్నారు. మాకు దగ్గరగా వచ్చి, "నాకు కూడా షాడో లాగ పరిగెత్తుకుంటూ రావాలనిపించింది." అన్నారు నాకు మాత్రమే వినిపించేటట్టు చిరునవ్వుతో.

"అనుకున్నవన్నీ అప్పుడే చేసేస్తే థ్రిల్ ఏముంటుంది?" అన్నాను నేను చిరునవ్వుతో.

గేటు తెరిచి నన్ను ముందు వెళ్ళమని సైగ చేసారు.

"అవును మొన్నటి నుంచీ సీతాకోకచిలుకలు డిస్టర్బ్ చేస్తున్నాయి. ఆ థ్రిల్ కోసం వెయిట్ చేస్తున్నాను." అన్నారు కళ్ళతో చిలిపిగా నవ్వుతూ.

"అది మర్చిపోరా ఆశ్రిత్ మీరు?" అడిగాను చిరునవ్వుతో.

"నాట్ పాజిబుల్!" అన్నారు సీరియస్ గా నా కళ్ళలోకి చూసి.

"పొద్దున్నే ఇంత సీరియస్ డిస్కషన్స్ వర్క్ గురించేనా?" అంది సాక్షి.

ఇద్దరం అటువైపు తిరిగి సాక్షి వంక చూసాం.

"గుడ్ మార్నింగ్ సాక్షి! వరుణ్ వాళ్ళు వచ్చినట్టున్నారు కదా?" అన్నాను.

ఆశ్రిత్ షాడో ని తీసుకుని పైకి వెళ్ళిపోయారు.

"ఎస్! ఈరోజు నీ వర్క్ తొందరగా క్లోజ్ చేసెయ్యి తన్వి. లెట్ అస్ హావ్ సమ్ ఫన్" అంది.

"ట్రై చేస్తాను మాక్సిమం. మన బాస్ మార్పులు ఏమీ చెప్పకపోతే నా వర్క్ అయిపోయినట్టే. ఇంక కోడర్స్ వంతు." అన్నాను.

"సరే, నువ్వు పైకి వెళ్ళు. నేను ఐదు నిమిషాల్లో వస్తాను."

"సియు!" అని పైకి వచ్చేసాను.

అప్పటికే అందరూ పైన ఉన్నారు. నేను నా లాప్టాప్ ఓపెన్ చేసి, ఆశ్రిత్ ఒకే చెప్పిన డిజైన్స్ కళ్యాణ్ కి వివరించాను. వాటిని అప్లికేషన్ థీమ్ లో డిజైన్ చెయ్యమని చెప్పాను.

ఇంతలో ఆశ్రిత్, సాక్షి వచ్చారు. వాళ్ళిద్దరూ రాగానే మొత్తం ఫ్లో రివ్యూ చేసాము అందరం కూర్చుని. లక్కీ గా అది ఆశ్రిత్ అప్రూవ్ చేసారు. ఇంక వర్క్ అంతా కళ్యాణ్ చేతిలో ఉంది. నేను హెల్ప్ చేస్తాను తొందరగా అయిపోతుంది అని చెప్పాను కళ్యాణ్ కి.

Chapter – 33

ఆశ్రిత

తన్వి చాలా క్విక్ గా డెలివర్ చేసింది వర్క్. ఇప్పుడు వైర్ఫ్రేమ్స్ బట్టి స్క్రిన్ డిజైన్స్ చేస్తున్నారు కళ్యాణ్, తన్వి.

సాక్షి, రిషి, వల్లభ్ శాంపిల్ ఆప్ డెవలప్ చేస్తున్నారు. అందరూ కోఆర్డినేట్ చేసుకుని ట్రెక్ లేకుండా వర్క్ చెయ్యడం వల్ల తొందరగా అయ్యింది.

ఈరోజు సాయంత్రం లోపు పూర్తవుతుంది. శనివారం వర్క్ చేసినందుకు సోమవారం సెలవు తీసుకోమన్నాను. అందరి మొఖాల్లో రిలీఫ్ కనిపించింది.

అక్క, సాక్షి ఎగ్జైట్ అయ్యారు ఈ రోజు గర్ల్స్ నైట్ అవుట్ ఎంజాయ్ చేస్తాము అని. అక్క ఆ ఏర్పాట్లు

నేను చూసుకుంటాను అని వెళ్ళింది కిందకి. ఏం చేస్తారో వీళ్ళు?

కళ్యాణ్ వాళ్ళు రిటర్న్ వెళ్ళడానికి డ్రైవర్ ని రెడీ గా ఉండమన్నాను. లంచ్ అయ్యాక వరుణ్, అక్క బిజీ అయిపోయారు.

నేను నా మెయిల్స్ కి రిప్లై చేస్తున్నాను. సాక్షి డెవలపర్స్ తో కూర్చుని ఆప్ స్క్రిన్స్ రివ్యూ చేస్తుంది. ఇంతలో తన్వి ఏదో వెదకడం మొదలు పెట్టింది.

"ఏం తన్వి మళ్ళీ పెన్సిల్ కనిపించట్లేదా?" అడిగాను చిరునవ్వుతో.

"కాదు నా ఫోన్ కనిపించట్లేదు" అంది వెదుకుతూనే.

"కాల్ చేస్తాను ఉండు" అని నా మొబైల్ నుంచి తన నెంబర్ డయల్ చేసాను.

సాక్షి దగ్గర రింగ్ అయ్యింది ఫోన్. మా మాటలు విన్నట్టు లేదు సాక్షి, డెవలపర్స్ తో బిజీ గా ఉంది.

"ఎవరిదో ఫోన్ రింగ్ అవుతుంది ఇక్కడ. హెచ్. బి అని ఉంది కాలర్ ఐడి" అంది ఫోన్ టేబుల్ మీద నుంచి తీసి.

తన్వి వెళ్ళి కంగారుగా సాక్షి చేతిలోంచి ఫోన్ తీసుకుంది. నేను కాల్ కట్ చేసాను.

"హెచ్. బి?" మెసేజ్ చేసాను తన్వి కి.

"మీరు మొదట కాల్ చేసినప్పుడు ఏదో హడావిడి లో రాండమ్ లెటర్స్ టైపు చేసేసాను సేవ్ చేసుకోవడానికి." అని రిప్లై ఇచ్చింది.

"అది ఇప్పటివరకు మార్చలేదా? నేను నమ్మను" అని రిప్లై ఇచ్చి తన మొఖం లో కి సూటిగా చూసాను నవ్వుతూ.

"నేను అందరికీ జ్యూస్ తీసుకొస్తాను సాక్షి" అని హడావిడిగా లేచింది తన్వి.

"చాలా థాంక్స్ తన్వి! అందరికీ గ్రేప్ జ్యూస్ తీసుకురావా? వాటర్మెలన్ జ్యూస్ ఆశ్రిత్ కి, తను గ్రేప్ జ్యూస్ తాగడు" అంది సాక్షి.

"ఓకే!" అని కిందకి దిగి వెళ్ళిపోయింది తన్వి.

"నాకు వాటర్మెలన్ జ్యూస్ వద్దు. నేను కొబ్బరి నీళ్ళు తాగుతాను" అని లేచి వెళ్ళాను ఒక ఐదు నిమిషాల తరువాత.

నేను కిందకి వెళ్ళేసరికి జ్యూస్ గ్లాసుల్లో పోసి ట్రే రెడీ చేసింది తన్వి. అక్క, వరుణ్ ఇంట్లో లేనట్టున్నారు. ఇల్లంతా సైలెంట్ గా ఉంది. తను నేను రావడం చూడలేదు. అటువైపు తిరిగి ఉంది.

"తన్వి, హెచ్. బి అంటే?" అనడిగాను వెనుక నుంచి.

ఒక్క క్షణం ఫ్రీజ్ అయ్యి నా వైపుకు తిరిగింది నెమ్మదిగా.

"చెప్పాను కదా ఏదో రాండమ్ లెటర్స్ అని?" అంది మెల్లగా.

"చెప్పాను కదా నేను నమ్మను అని?" అన్నాను తనకు దగ్గరగా వెళ్తూ.

"చెప్పు తన్వి, హెచ్. బి అంటే?" మళ్ళీ అడిగాను తన కళ్ళలోకి చూస్తూ నా పెదవులు తన పెదవులకి ఒక అంగుళం దూరంలో ఉంచి.

తను నా కళ్ళలోకి చూసింది ఇబ్బందిగా.

"నేను ఐదు లెక్కపెట్టేలోగా చెప్పాలి లేదంటే ఐదు ముద్దులు తీసుకుంటాను" అన్నాను.

"ఒకటి...రెండు...మూడు..."

తన్వి నా కళ్ళలోకి అలాగే చూస్తూ రెండడుగులు వెనక్కి వేసి కిచెన్ ప్లాట్ఫారం మీద ఉన్న గ్రేప్ జ్యూస్ తీసుకుని తాగింది. నోటినిండా పెట్టుకుని నన్ను చూసి కళ్ళెగరేసింది.

నవ్వేసాను "తన్వి, నీ కంపనీ నిజంగా బోర్ కొట్టదు. గ్రేప్ జ్యూస్ పుల్లగా ఉంటుందని ఇష్టపడను. ఇప్పుడది తియ్యగా అయి ఉంటుందిలే!" అని తనని దగ్గరకు లాక్కుని తన పెదవుల మీద ముద్దు పెట్టుకున్నాను. కొన్ని సెకండ్ల తరువాత తను నా ముద్దు కి రెస్పాండ్ అయ్యింది.

ఇంతలో గేట్ శబ్దం అయేసరికి మా ముద్దు ట్రాక్ చేసి రెండడుగులు వెనక్కి వెళ్ళింది.

"ఎవరో వస్తున్నారు ఆశ్రిత్!" అంది తలుపు వైపు చూస్తూ.

"నువ్వు హెచ్. బి అంటే ఏంటో చెప్పలేదు. ఇంకా నాలుగు ఉన్నాయి పెండింగ్" అన్నాను మా మధ్య ఉన్న దూరం దగ్గర చేస్తూ.

"హ్యాండ్సమ్ బాస్! హెచ్. బి అంటే హ్యాండ్సమ్ బాస్" అంది కంగారుగా.

చిన్నగా నవ్వుకున్నాను. హ్యాండ్సమ్ అని చాలా మంది అన్నారు ఇప్పటివరకు. కానీ తన్వి అంటే బాగుంది. అక్క, వరుణ్ వచ్చినట్టున్నారు. వాళ్ళ మాటలు దగ్గరగా వినిపించాయి. పక్కకి తిరిగి కిచెన్ ప్లాట్ఫారం మీద ట్రే తీసుకున్నాను. తన్వి జ్యూస్ బాటిల్స్ ఫ్రిడ్జ్ లో పెట్టింది.

"ఏంటి ఈ బ్యాగ్స్? ఇవన్నీ గర్ల్స్ నైట్ అవుట్ కేనా?" అడిగాను వరుణ్ చేతిలో భారీ గా ఉన్న క్యారీ బ్యాగ్స్ చూసి.

"వాళ్ళ నైట్ అవుట్ వాళ్ళది! ఈలోపు మనకి దొరికిన ఫ్రీడమ్ మనది. ఇందులో మనకి కావాల్సిన సరుకులు కూడా ఉన్నాయి." అన్నాడు వరుణ్.

ఒకే అని నేను, తన్వి జ్యూస్ గ్లాసులు తీసుకుని పైకి వచ్చాము. ట్రే డైనింగ్ టేబుల్ మీద పెట్టగానే అందరూ లేచి వచ్చారు తాగడానికి.

"కొబ్బరి నీళ్ళు తాగుతానన్నావు మళ్ళీ వాటర్మెలన్ జ్యూస్ తెచ్చుకున్నావు?" అడిగింది సాక్షి నన్ను అనుమానంగా చూసి.

"కిందకి వెళ్ళాక మనసు మార్చుకున్నాను."

Chapter – 34

తన్వి

సాయంత్రం ఏడు గంటలయింది. వర్క్ పూర్తయ్యింది. కళ్యాణ్ వాళ్ళు సిటీకి రిటర్న్ అయ్యారు. నేను నా పెంట్హాస్ కి బయలుదేరాను. శ్రీను తో మాట్లాడే పని ఉంది. పని వాళ్ళకు కూలీ డబ్బులు కూడా పంపించాలి. కిందకి రాగానే సౌమ్య పోర్టికో లోకి వచ్చింది.

"నాకు తెలిసిన బ్యూటీషియన్స్ ని పిలిచాను. మన ముగ్గురికీ సర్వీసెస్ బుక్ చేసాను. ఏదైనా కంఫోర్టేబుల్ డ్రెస్ వేసుకో తన్వి" అంది.

"వావ్! రిలాక్సింగ్ నైట్ అవుట్ అన్నమాట. నాకు ఒక గంట పడుతుంది సౌమ్యా" అని చెప్పి వచ్చేసాను.

శ్రీను తో మాట్లాడి ఈ రెండు రోజులూ వచ్చిన కూలీల వివరాలు తీసుకున్నాను. ఇంటికి రాగానే

ముందు వాళ్ళకి కూలీ డబ్బులు ట్రాన్స్ఫర్ చేసాను. స్నానం చెయ్యడానికి గీజర్ ఆన్ చేసుకుని అంకిత కి కాల్ చేసాను.

"హేయ్ తన్వి! నో చెప్పేసావా మీ హెచ్. బి కి?" కాల్ లిఫ్ట్ చేస్తూనే అంది.

"అలా ఎవరు చెప్పారు?"

"ఓహ్ అయితే ఎస్ చెప్పావా? మరి సెల్ఫీ ఎందుకు పంపలేదు?"

"ఆహా రేపు నీ ఫస్ట్ నైట్, నువ్వు నేను అడిగితే సెల్ఫీ పంపిస్తావా?"

"అయితే ఎస్ చెప్పావా? చెప్పు చెప్పు స్టోరీ అంతా చెప్పు ఒక్క నిమిషం కూడా వదలకుండా!"

అంది ఉత్సాహంగా.

"ఎస్ చెప్పాను. కానీ ఉక్కిరి బిక్కిరి అయిపోతున్నానే. ఆశ్రిత చేతులు ఒకదగ్గర ఉండవు అసలు."

"ఓ అయితే మీ హెచ్. బి సూపర్ రొమాంటిక్ అన్నమాట!" అంది నవ్వేస్తూ.

"చాలా రొమాంటిక్! ఆశ్రిత్ ని ఒకసారన్నా లైఫ్ లో కలవాలి అనుకున్నాను. కానీ ఇలా దగ్గరవుతానని అనుకోలేదు. తన దగ్గర ఉంటే వేరే ఎవ్వరూ కనిపించట్లేదు. ఇంకెవ్వరి మాటలూ వినిపించట్లేదు. తను దగ్గర లేకపోతే ఏదో పోగొట్టుకున్నట్టు ఉంటుంది. తన కోసం నా కళ్ళు వెతుకుతూనే ఉంటాయి. అంతా గందరగోళం గా ఉంది."

"కొత్తలో అలాగే ఉంటుంది. నెమ్మదిగా అలవాటు అయిపోతుంది." అంది నన్ను నెమ్మది పరచడానికి.

ఈ లోపు కాలింగ్ బెల్ మోగింది. అంకిత ని లైన్ లో ఉండమని వెళ్ళి తలుపు తీసాను. ఎదురుగా శ్రీను ఉన్నాడు.

"సారు మీ కారు తాళాలు ఇవ్వమన్నారు మేడం."

"నా కారు తాళాలా!?" అని ఆశ్చర్యపోయాను.

ఏం పని ఉంటుందో శ్రీను తో ఈ చర్చ ఎందుకు అని కీస్ తెచ్చి ఇచ్చి పంపాను.

"చెప్పు అంకిత నీ విశేషాలు. ఇందాకటినుంచీ నేనే మాట్లాడుతున్నాను" అన్నాను.

"ఏముంది చెప్పడానికి? రేపు మా ఫస్ట్ నైట్! అనీల్ రేపు వస్తాడు ఇక్కడికి."

"మర్చిపోయాను! గుడ్ లక్, తనని భయపెట్టకు." అన్నాను నవ్వుతూ.

అంకిత కూడా నవ్వేసింది. తనకు బై చెప్పి స్నానానికి వెళ్ళిపోయాను. పదిహేను నిమిషాల తరువాత నా అలమారు అంతా వెతికి లెమన్ యెల్లో స్లీవ్లెస్ డ్రస్ సెలెక్ట్ చేసుకున్నాను. పెద్ద వైట్ ఫ్లవర్స్ ఉన్న కాటన్ ఫ్రాక్ అది. నా మోకాళ్ళకు కొంచెం దిగుతుంది. హెయిర్ పైకి ముడి పెట్టేసాను. చెవులకి ముత్యాల దుద్దులు, పెదాలకి లైట్ పింక్ లిప్ గ్లాస్ వేసుకుని పూర్తిచేసాను నా మేకప్.

వైట్ కలర్ షూస్ వేసుకుని డోర్ లాక్ చేసి ఫార్మ్ హౌస్ కి వచ్చేసాను.

"పైకి వచ్చేయి తన్వి, ముందు డిన్నర్ చేద్దాము తరువాత చిల్ అవ్వొచ్చు" పిలిచింది సాక్షి పైనుంచి.

పైకి వెళ్ళేసరికి ఆశ్రిత్ లేరు. వెంటనే అడిగితే బాగోదని ఊరుకున్నాను.

"రా తన్వి మనం ముగ్గురం తినేద్దాము. వరుణ్, ఆశ్రిత్ తరువాత తింటారు. మన సర్వీసెస్ స్టార్ట్ చెయ్యొచ్చు తొందరగా తింటే" అంది సౌమ్య.

తను అప్పటికే డైనింగ్ టేబుల్ మీద ప్లేట్లు రెడీ చేసింది. ముగ్గురం కబుర్లు చెప్పుకుంటూ డిన్నర్ పూర్తి చేసాము.

ఇంక ఉండలేక ఆశ్రిత్ కి మెసేజ్ చేసాను. "ఎక్కడ ఉన్నారు మీరు?"

"చిన్న పని ఉండి టైటకి వచ్చాను. రిటర్న్ లో ఉన్నాను."

డిన్నర్ అయ్యాక కిందకి వచ్చేసాము మేము ముగ్గురం. అప్పటికే ఒక బెడ్రూమ్ స్పా రూమ్ లా రెడీ అయిపోయింది.

Chapter - 35

ఆశ్రిత్

నేను ఫార్మ్ హౌస్ కి వచ్చే సరికి వరుణ్ మేడ మీద నా రూమ్ పక్కన సిటౌట్ లో కూర్చుని ఉన్నాడు మొబైల్ లో ఏదో చూసుకుంటూ.

"వీళ్ళప్పుడే వెళ్ళిపోయారా?" అడిగాను వస్తూనే.

"ఎస్! ఒక అరగంట అయ్యింది." అన్నాడు మొబైల్ పక్కన పెట్టి.

మా ఇద్దరికీ చెరొక పెగ్ విస్కీ ఫిక్స్ చేసాను. వరుణ్ చికెన్ ఫ్రై ప్లేటు లో సర్దాడు. సోఫా లో కుషన్స్ కింద లాన్ లో వేసుకుని కూర్చున్నాం ఇద్దరం.

మాకు కొంచెం దూరం లో షాడో వెయిట్ చేస్తుంది చికెన్ ట్రిట్స్ కోసం.

వరుణ్ కి, నాకు కాలేజీ రోజులలో అప్పుడప్పుడు ఒక బీర్ అలవాటు అయ్యింది. ఎప్పుడైనా వీకెండ్ ఎంజాయ్ చేస్తాము ఇలా. ఎక్కువ క్రికెట్, మ్యూజిక్, మూవీస్ గురించి ఉంటుంది మా సంభాషణ. వీకెండ్ లో చిన్నప్పటి ఫ్రెండ్స్ అయిపోతాము ఇద్దరం.

చిన్నప్పటినుంచీ వరుణ్ వాళ్ళు, మేము ఒకే అపార్ట్మెంట్ లో పెరిగాము. వరుణ్, నేనూ ఒకే స్కూల్. అక్క గర్ల్స్ హై స్కూల్ లో చదివింది. తరువాత కాలేజీ లో మేము ముగ్గురం కలిసి జాయిన్ అయ్యాము. అక్కడ సాక్షి కలిసింది మా గ్యాంగ్ లో.

రెండో పెగ్ ఫిక్స్ చేసేటప్పుడు చూసాను, ఐస్ అయిపోయింది. వెంటనే తన్వి కి మెసేజ్ పెట్టాను.

"ఇంకో అరగంట లో కిందకి వస్తాను. నువ్వు టైటికి రా!" అని.

నా మెసేజ్ చూస్తుందో లేదో అనుకున్నాను. కానీ ఒక పది నిమిషాల తరువాత రిప్లై వచ్చింది.

"ఓకే!"

"ఆశ్రిత్, అమ్మ నీకోసం సంబంధాలు రెడీ చేసింది. ఇక్కడి నుంచి సిటీ కి రాగానే నీకు డిన్నర్ ఇన్విటేషన్ వస్తుంది స్వయంవరానికి" అన్నాడు తన డ్రింక్ సిప్ చేస్తూ.

నవ్వేసాను. అమ్మ చనిపోయినప్పటినుంచీ ఆంటీ తీసుకుంది నా పెళ్ళి చేసే డ్యూటీ.

"ఈలోపు నేనే సెట్ చేసుకుంటే?"

"వావ్! నిజంగానా? ఎవరైనా ఉన్నారా మనసులో? సౌమ్య కి తెలిస్తే ఎగిరి గంతేస్తుంది" అన్నాడు ఉత్సాహంగా.

"టైమ్ వచ్చినప్పుడు చెప్తాను. ఇప్పటికైతే ఆంటీ నుంచి నన్ను రక్షించు."

"సరే రా! నేను తన్వి అనుకుంటున్నాను. నా గెస్ కరెక్ట్ కదా?"

"టైమ్ వచ్చినప్పుడు చెప్తా అన్నాను కదా? మీ ఇద్దరూ పిల్లల గురించి ప్లాన్ చేసుకోవట్లేదా ఇంకా?" టాపిక్ మార్చాను.

"అసలు ఈ వీకెండ్ ఇక్కడకొచ్చింది అది చెప్పడానికే. సౌమ్య ఇప్పుడు ప్రెగ్నెంట్. నీ వర్కు టెన్షన్ అయ్యాక చెబుదామనుకున్నాను. రేపు తనే చెప్తుంది నీతో. అప్పుడు ఇదే హ్యాపీ లుక్ పెట్టు. నేను ముందే చెప్పానని తెలిస్తే చంపేస్తుంది నన్ను."

"వావ్! కంగ్రాట్యులేషన్స్! నేను సూపర్ హ్యాపీ గా ఉన్నాను ఇప్పుడు." అన్నాను వరుణ్ భుజం మీద తట్టి.

"అక్క కడుపులో మళ్ళీ అమ్మ పుడుతుంది!" మనసు లో మాట పైకి అనేసాను.

"మా అమ్మ నీకు మా ఆయన పుడతారు రా అంటుంది తెలిస్తే!"

"ఇంకా ఆంటీ కి చెప్పలేదా?" ఆశ్చర్యంగా అడిగాను.

"లేదు, ఆశ్రిత్ కే ముందు చెప్పాలి అని నన్ను ఇక్కడికి లాక్కొచ్చింది."

నా కళ్ళలో చిన్నగా నీళ్ళు తిరిగాయి. చిన్నప్పటి నుంచి అమ్మ, అక్క, నేను ఒక లోకం. అమ్మ ఇంట్లో ఇష్టం లేని పెళ్ళి చేసుకుందని అమ్మ తరపు వాళ్ళు సంబంధం తెంచేసుకున్నారు మాతో. అందరినీ వదులుకుని నాన్నే సర్వస్వం అని వచ్చేసింది. పాపం అక్కడా అమ్మకు నిరాశ ఎదురయ్యింది.

అమ్మ చనిపోయాక నాకు అక్క, అక్కకి నేను. మనసుకి కష్టం అనిపించినా ఆనందం కలిగినా ఒకరికి ఒకరు చెప్పుకుంటాము. ఇంతలో నా మొబైల్ కి మెసేజ్ నోటిఫికేషన్ వచ్చింది.

"బయటకు వస్తున్నా" తన్వి మెసేజ్ చేసింది.

"ఇక్కడ ఫ్రిడ్జ్ లో ఐస్ అయిపోయింది వరుణ్! కింద నుంచి తీసుకొస్తాను. నువ్వు ఈలోపల ఒక పెగ్ ఫిక్స్ చెయ్యి." అనేసి గబ గబా కిందకు దిగిపోయాను.

కింద ఇల్లంతా చీకటిగా ఉంది. హాల్ లో మాత్రం జీరో వాట్స్ బల్బు వెలుగుతుంది. తన్వి కిచెన్ లో ఫ్రిడ్జ్ ఓపెన్ చేసి వాటర్ తాగుతుంది. ఫ్రిడ్జ్ లోంచి వచ్చే లైట్ లో తన

మొఖం టైట్ గా కనిపిస్తుంది. ఏదో ఎప్రాన్ లాగ వేసుకుంది తన డ్రెస్ మీద. బ్యూటీ సర్వీసెస్ కోసం అనుకుంటా.

ఒక్క ఉదుటున ఫ్రిడ్జ్ డోర్ క్లోజ్ చేసి తన్ని నడుం చుట్టూ చేయి వేసి దగ్గరకు లాక్కున్నాను. తను భయం తో అరవబోతుంటే చేయి అడ్డుపెట్టాను పెదవులకి.

ఒక రెండు సెకండ్లు తీసుకుంది నన్ను గుర్తుపట్టటానికి. గుర్తుపట్టాకా రిలాక్స్ అయ్యింది.

"ఏంటిది? ఎంత భయపడ్డానో!" నా భుజం మీద చిన్నగా కొట్టింది.

"ఐ మిస్ యు తన్వి!" అని తన మెడ వంపులో ముద్దు పెట్టుకున్నాను.

చిన్నగా నవ్వి నా తల వెనుక తన రెండు చేతులతో నిమిరింది నన్ను ఇంకొంచెం హత్తుకుని.

"నేను కూడా!" అంది.

ఇంతలో తన మొబైల్ మోగింది. ఫ్రిడ్జ్ పై నుండి మొబైల్ తీసి చూసింది. సాక్షి కాల్ చేస్తుంది.

"అబ్బా! సాక్షి ని అండమాన్ పంపిస్తాను ప్రాజెక్ట్ వర్క్ కి" అన్నాను. తన్వి నవ్వుతూ కాల్ లిఫ్ట్ చేసింది.

"హా సాక్షి?" అంది.

"సరే రెండు బాటిల్స్ తీసుకొస్తాను" అని కాల్ కట్ చేసింది.

"వాటర్ తాగుదామని వచ్చాను బైటకి. ఏంటో చెప్పండి" అంది నా వంక చూసి.

"నీ కారు లో ఒక ప్యాకెట్ ఉంది. ఇంటికి వెళ్ళేటప్పుడు అది తీసుకుని వెళ్ళు" తన కారు కీస్ చేతిలో పెట్టాను.

"ఒకే!" అని ముని వేళ్ళ మీద నుంచోని నా బుగ్గ మీద ముద్దిచ్చి లోపలికి వెళ్ళిపోయింది.

నేను ఐస్ తీసుకుని పైకి వెళ్ళిపోయాను.

Chapter - 36

తన్వి

ట్యూటి సర్వీసెస్ అయిపోయాక నిద్ర ముంచుకొచ్చింది. సాక్షి, సౌమ్య, ఇప్పటి వరకూ ఆగకుండా ఏదో ఒకటి మాట్లాడుతూనే ఉన్నారు.

కాలేజీ విషయాలు, వాళ్ళు చేసిన అల్లరి పనులు అన్నీ గుర్తు తెచ్చుకున్నారు.

"తన్వి, రెండు రోజుల నుంచి అలసిపోయినట్టున్నావు. ఇంక పడుకుందామా?" అడిగింది సాక్షి.

"అవును! నిద్ర ఆగట్లేదు" అన్నాను గిల్టీ గా.

"చాలా లేట్ అయ్యింది ఇక్కడే పడుకో తన్వి" అంది సౌమ్య.

సౌమ్య దగ్గర చాలా పెద్దరికం కనిపిస్తుంది. సాక్షిలా కాదు. తన మాట ఒక్కొక్కసారి అమ్మ మాటలా వినిపిస్తుంది. కొంచెం అభిమానంగా మరికొంచెం గంభీరంగా.

"సరే కానీ మీ స్పేర్ నైట్ డ్రెస్ ఇవ్వాలి నాకు. నేను ఏమీ తెచ్చుకోలేదు."

"రా! నేను ఇస్తాను. మనిద్దరం ఒక రూమ్ లో పడుకుందాం." అని చేయి పట్టుకుని తీసుకెళ్ళింది సాక్షి.

"గుడ్ నైట్ ఆశ్రిత్!" అని మెసేజ్ పెట్టి తన రిప్లై కోసం కూడా వెయిట్ చెయ్యకుండా నిద్ర పోయాను.

పొద్దున్న మెలకువ వచ్చేసరికి ఎనిమిది అయ్యింది. సైడ్ టేబుల్ మీద ఉన్న మొబైల్ తీసి చూసాను. ఆశ్రిత్ మెసేజ్ పెట్టారు. "గుడ్ నైట్ స్వీట్ హార్ట్! ప్యాకేజ్ మర్చిపోవద్దు."

స్వీట్ హార్ట్ అన్న అక్షరాలు చేతితో తడుముకుని నవ్వుకున్నాను చిన్నగా.

పక్కనే సాక్షి ఉందని గుర్తువచ్చింది. పక్కకి తిరిగి చూసాను. తను ఇంకా నిద్రలోనే ఉంది. నెమ్మదిగా శబ్దం చెయ్యకుండా లేచి నా మొబైల్, కారు తాళాలు తీసుకుని బయటకు వచ్చేసాను.

ఇంకా ఎవరూ లేవలేదు. కారు లోంచి ప్యాకేజ్ తీసుకుని నా ఇంటికి వచ్చేసాను.

కుతూహలంగా మంచం మీద కూర్చుని ఓపెన్ చేసాను. అందులో చీర ఉంది. చీరను బైటకు తీస్తే దానితో పాటు పెట్టిన పేపర్ నోట్ కింద పడింది. చీర అలాగే పట్టుకుని నోట్ తీసి చదివాను.

"తన్వి, రేపు ఈ చీర కట్టుకో ప్లీజ్! నీ రంగుకి బ్లాక్ బాగుంటుంది. చీరలో నువ్వు చాలా బాగుంటావు. బ్లాక్ నా ఫేవరెట్ కలర్. తరువాత ఎప్పుడైనా నీకు నచ్చినది కొనిస్తాను" నోట్ సారాంశం ఇది.

నోట్ కింద పెట్టి, చీరను నా రెండు చేతుల్లోకి తీసుకుని ముద్దు పెట్టుకున్నాను.

ఇంతలో అన్నయ్య కాల్ వచ్చింది ఆస్ట్రేలియా నుంచి.

"హలో అన్నయ్య!"

"ఎలా ఉన్నావు తన్వి?"

"నేను బాగున్నాను. నువ్వా, వదిన ఎలా ఉన్నారు?"

"బాగున్నాము. వదిన వచ్చే వారం హైదరాబాద్ వస్తుంది. అక్కడ అప్లై చేసాము టబీ దత్తత కోసం. ఏదో పేపర్ వర్క్ ఉంది."

"ఒకే అన్నయ్య, వదినని కలుస్తాను ఇక్కడికి వచ్చినప్పుడు."

"సరే నీకు తన ట్రిప్ వివరాలు మెసేజ్ చెయ్యమని చెప్తాను. అక్కడంతా ఒకే కదా?"

"అంతా బాగుంది."

"ఉంటాను మరి! బై"

"బై అన్నయ్య!"

కాల్ కట్ చేసేసాను. అన్నయ్య వాళ్ళకి పిల్లలు పుట్టలేదు. టేబీ ని దత్తత తీసుకుంటున్నారు.

చీర, ఆశ్రిత్ రాసిన నోట్ జాగ్రత్తగా బీరువాలో పెట్టేసి, వెలుగు రాకుండా కర్టైన్స్ వేసి మళ్ళీ పడుకున్నాను.

పడుకునే ముందు ఆశ్రిత్ కి మెసేజ్ చేసాను, "థాంక్ యు! చీర ఈరోజు కట్టుకుంటాను మీకోసం."

Chapter - 37

ఆశ్రిత్

ఈరోజ లేవడం లేటు అయిపోయింది. ఎలాగూ ఆదివారం కదా అని అలారమ్ సెట్ చెయ్యలేదు. మొబైల్ అందుకున్నాను టైమ్ చూద్దామని. పదిన్నర అయ్యింది. తన్వి మెసేజ్ ఉంది.

"చీర చాలా బాగుంది. ఈరోజ కట్టుకుంటాను."

షిఫాన్ చీర కొంచెం ట్రాన్స్పరెంట్ గా ఉంది. తన టాటూ చూడాలి అన్న నా ఎత్తు పారింది అనుకుని చిన్నగా నవ్వుకున్నాను.

"నీకోసం ఎదురుచూస్తుంటాను!" రిప్లై ఇచ్చాను.

షాడో రెస్లెస్ గా తిరుగుతుంది రూమ్ అంతా. ఒక ఐదు నిమిషాల్లో ఫ్రెషప్ అయ్యి షాడోని ని వాక్ కి తీసుకుని బయలుదేరాను.

"ఆశ్రిత్! తిరిగి వచ్చాక కిందకే వచ్చెయ్యి బ్రేక్ఫాస్ట్ కి. ఇక్కడే అందరం కలిసి తిందాము." అక్క అంది పోర్టికో లోకి వచ్చి నేను గేటు తీస్తుండగా.

"సరే!" అని షాడో ని తీసుకుని బయలు దేరాను.

ఒక అరగంట హార్స్ రైడింగ్ చేసి పాండ్ దగ్గరికి వెళ్ళాను కింగ్ నీ షాడో నీ తీసుకుని. కింగ్ కి క్యారెట్స్ పెట్టాను. షాడో పక్షుల్ని తరముతూ పరిగెడుతుంది అటూ ఇటూ.

నేను అలా గడ్డిలో పడుకుని ఆకాశం వైపు చూసాను. చల్లగాలికి రిలాక్సింగ్ గా ఉంది. ఈ వారం రోజులు ఒక కలలా ఉంది నాకు. ప్రతి నిమిషం తన్ని కోసం చూడడం, తన నవ్వు, తన మాటలు ప్రతి నిమిషం వినాలనుకోవడం, తన స్పర్శ కావాలనుకోవడం నాకు నేనే కొత్తగా కనిపిస్తున్నాను. నాలో నేను ఉన్నానా అని అనుమానం వస్తుంది. ఈ ఫీలింగ్స్ ఏమై ఉంటాయి? ప్రేమెనా? ఒకర్ని ప్రేమిస్తే

ఇలాగే ఉంటుందా? ఈ ఫీలింగ్స్ వాళ్ళ కోసం లైఫ్ లాంగ్ ఇలాగే ఉంటాయా?

మనసు నిండా అన్నీ ప్రశ్నలే. వాటికి కాలమే సమాధానం చెప్పాలేమో. ఈలోపు అక్క ఫోన్ చేసింది.

"ఆశ్రిత్! ఆకలి వేస్తుందిరా ఎక్కడ ఉన్నావు?"

"సారీ అక్కా! ఐదు నిమిషాల్లో అక్కడ ఉంటాను" అని షాడో నీ, కింగ్ నీ తీసుకుని బయలు దేరాను.

కింగ్ ని దాని స్టెబుల్ లో పెట్టేసి, షాడోతో ఇంట్లోకి వెళ్ళేసరికి అందరూ డైనింగ్ టేబుల్ చుట్టూ కూర్చొని ఉన్నారు. అందరికీ సారీ చెప్పేసి చెయ్యి కడుక్కుని కూర్చున్నాను.

"సాక్షి, డిజైన్స్ పంపావా పీటర్ కి?" టేబుల్ మీద కూర్చుంటూ అడిగాను.

"ఎస్! నిన్న రాత్రే పంపేసాను. వాళ్ళ ఒపీనియన్ కోసం వెయిట్ చెయ్యాలి సోమవారం వరకూ."

అక్క అందరికీ ప్లేటు లో ఇడ్లీ, చట్నీ వడ్డించి కూర్చుంది.

"ఆశ్రిత్! నేనూ, వరుణ్ ఒక న్యూస్ షేర్ చేసుకోవాలి." అంది నా వంక చూసి.

"సౌమ్యా నువ్వు ప్రెగ్నెంట్ కదా?" అడిగింది సాక్షి.

అక్క వెంటనే సిగ్గుపడి తల ఊపింది.

"కంగ్రాట్యులేషన్స్ సౌమ్యా అండ్ వరుణ్! నాకు ఈరోజు పార్టీ కావాలి." అని సాక్షి హడావిడి మొదలు పెట్టింది.

నేను లేచి అక్క దగ్గరికి వెళ్ళాను. అప్పటికే తను నించుంది. తనకి ఒక హగ్ ఇచ్చాను.

"కంగ్రాట్యులేషన్స్!" నెమ్మదిగా చెప్పాను తన కళ్ళలోకి చూస్తూ.

"థాంక్ యు!" అంది. మా ఇద్దరి కళ్ళలో సన్నగా తడి.

"ఖచ్చితంగా అమ్మాయి పుడుతుంది చూడు. అమ్మ వస్తుంది మన లైఫ్ లోకి" అన్నాను తన కళ్ళలోకి చూస్తూ.

"లేదు రా అమ్మకి నువ్వంటేనే ప్రాణం. నీకే పుడుతుంది అమ్మ."

"దానికి ముందు మనవాడు పెళ్ళి చేసుకోవాలి కదా?" వరుణ్ అన్నాడు నవ్వుతూ.

"చేసేద్దాం! దానిదేముంది? ఇప్పుడు ఆశ్రిత అంత వ్యతిరేకంగా లేనట్టున్నాడు పెళ్ళికి" అంది సాక్షి.

"సరే! ఈరోజు మనం బార్బెక్యూ పార్టీ చేసుకుందాం పాండ్ దగ్గర. నేను వండి పెడతాను అందరికీ!" టాపిక్ మార్చాను.

"మనమేనా తన్విని కూడా పిలుస్తున్నామా?" సాక్షి నా కళ్ళలోకి చూస్తూ దీర్ఘం తీసింది.

"తన్విని తప్పకుండా పిలుస్తున్నాం. తను నాకు చాలా నచ్చింది." అంది అక్క.

నేను సాక్షి ని చూసి భుజాలు ఎగరేసాను చిరునవ్వుతో.

Chapter - 38

ఆశ్రిత్

సాయంత్రం ఆరు గంటలకి బార్బెక్యూ కి కావలిసినవన్నీ తీసుకుని పాండ్ దగ్గరకు వెళ్ళాము.

గజీబో పక్కన లాన్ లో గ్రిల్ ఏర్పాటు చేసాము నేనూ, వరుణ్. అక్క, సాక్షి పాండ్ కి దగ్గరగా పిక్నిక్ మాట్స్ పరిచి అక్కడే కూర్చుని కబుర్లు చెప్పుకుంటున్నారు.

వరుణ్ డ్రింక్స్ ఉన్న మినీ ఫ్రిడ్జ్ గజీబో లో ఏర్పాటు చేస్తున్నాడు. నేను అప్పటికే మ్యారినేట్ చేసిన చికెన్, ఫిష్, ప్రాన్స్, వెజిటబుల్స్ అన్నీ రెడీ చేస్తున్నాను గ్రిల్ చెయ్యడానికి.

"ఓ...సం వన్ హాస్ గాట్ హాట్ టాటూస్!" అన్న సాక్షి గొంతు విని అటువైపు తిరిగి చూసాను. తన్వి

వచ్చింది నేనిచ్చిన చీరలో. వాళ్ళవైపు తిరిగి నిలబడి ఉంది. వెనుకనుంచి తన పొడుగు జడ, డీప్ నెక్ బ్లౌజ్ లో ఆకర్షణీయంగా ఉంది.

"ఎస్!" నాలో నేను అనుకున్నాను నవ్వుకుంటూ. సండే లోపు టాటూ చూస్తాను అన్న ఛాలెంజ్ నేనే గెలుస్తాను.

వరుణ్ గొంతు సవరించుకున్నాడు గజీబో లో నుంచి నన్ను చూసి నవ్వుతూ.

"ఓహ్! నువ్వ ఇంకా ఇక్కడే ఉన్నావా?" అడిగాను.

"మ్మ్.... ఇంకా టైమ్ రాలేదా?"

నేను నవ్వేసి నా పనిలో పడిపోయాను.

ఒక ఇరవై నిమిషాల తరువాత ఫుడ్ రెడీ అయ్యింది. అందరినీ రమ్మని పిలిచాను.

తన్వి లేచి వస్తుంటే చూసాను తనని. మెరూన్ కలర్ బ్లౌజ్ వేసుకుని కట్టుకుంది చీర. సింపుల్ సిల్వర్

జ్యువలరీ వేసుకుంది. మొఖానికి ఎప్పటిలాగే లైట్ మేకప్. తనలో ఈ సింప్లిసిటీ బాగా నచ్చుతుంది నాకు. తన వైపు నుంచి చూపు తిప్పాలనిపించలేదు. అవసరానికంటే కొంచెం ఎక్కువసేపే గడిపేసాను తనని చూస్తూ.

ఈలోపు టాటూ గుర్తొచ్చి తన నడుం వైపు చూసాను. చీర కొంచెం ట్రాన్స్పరెంట్ కదా సులువుగా కనిపిస్తుంది అనుకున్నాను. కానీ తన చీర పల్లు చుట్టి నడుం ఎడమ వైపు దోపింది. అక్కడ లేవు అంటే కుడి వైపు ఉన్నట్టున్నాయి. అటువైపు పల్లు అడ్డం వచ్చింది.

చిన్నగా నవ్వుకుని తన కళ్ళలోకి చూసాను. కళ్ళెగరేసింది నన్ను చూసి నవ్వుతూ.

అందరూ గ్రిల్ చుట్టూ చేరారు ప్లేట్లు పట్టుకుని. ఎవరికి కావలిసినవి వాళ్ళ ప్లేట్ల లో వేసుకుంటున్నారు. అక్క, వరుణ్, సాక్షి వాళ్ళ మాటల్లో మునిగిపోయారు.

"ఇంకా ఎందుకు దాస్తావు తన్వి? ఈరోజు నేను చూసే తీరతాను" అన్నాను తన ప్లేట్లో చికెన్ వేస్తూ.

సిగ్గుపడుతూ కళ్ళు కిందకి దించేసుకుంది.

"రెడ్ కలర్ చం చం లాగ ఉన్నావు జూసీ గా, డెలీషియస్ గా!"

తన ప్లేటు పట్టుకుని చటుక్కున వెనక్కి తిరిగింది పిక్నిక్ మాట్స్ వైపు. తను అటువైపు తిరిగి ఉన్నా తన మొఖంలో చిరునవ్వు కనిపిస్తుంది నాకు.

ఈ క్షణంలో ఒకే ఒక కోరిక, మా ఇద్దరి చుట్టూ ఈ ప్రపంచమంతా ఫ్రీజ్ అయిపోతే బాగుండు. నేను తన ఒడిలో పడుకుని కబుర్లు చెప్తూ ఈ సాయంత్రం అంతా గడిపేస్తే బాగుండు.

"నువ్వు కూడా రా ఆశ్రిత్! అందరం కలిసి ఎంజాయ్ చేద్దాం" అంది అక్క.

"ఈ రౌండ్ ఫినిష్ చేసి వస్తాను" అన్నాను మ్యారినేట్ చేసిన పిసెస్ గ్రిల్ మీద వేస్తూ.

వాళ్ళు నలుగురూ ఏవో కబుర్లు చెప్పుకుంటున్నారు మాట్స్ మీద కూర్చుని. కొంచెం సేపు తరువాత సాక్షి లేచింది. అలా వెళ్ళి వస్తాము అని సైగ చేసింది నాకు. మిగతా వాళ్ళు కూడా లేచారు. నేను ఒకే అని తల ఊపి తన్వి వంక చూసాను. "నువ్వు వెళ్ళొద్దు" అని చెప్పాలని ఉంది కానీ గట్టిగా చెప్పలేను.

తన్వి అక్క వైపు తిరిగి ఏదో మాట్లాడింది. తరువాత వాళ్ళు ముగ్గురూ వెళ్లిపోయారు. తను నా దగ్గరికి నడిచి వచ్చింది.

"ఫుడ్ చాలా బాగుంది ఆశ్రిత్! మీరు మల్టీ టాలెంటెడ్ అంది" నా దగ్గరకు వస్తూ.

"థాంక్ యు! నేను కూడా తినాలి కదా, వెళ్దామా?" అన్నాను ఫ్రై పిసెస్ ప్లేట్లోకి తీసి.

"నేను ఏమైనా హెల్ప్ చెయ్యనా?"

"ఫ్రిడ్జ్ లోంచి కూల్ డ్రింక్స్ తీసుకుని రా!"

"సరే!" అని గజిబో లోకి వెళ్ళింది.

"తన్వి, అక్కడే ఉండు వస్తున్నాను" అని తన వెనుక వెళ్ళాను రెండు చేతుల్లోనూ ప్లేట్లతో.

"డ్రింక్స్ నేను తీస్తాను. ఈ ప్లేట్లు నువ్వు పట్టుకో" అని రెండు ప్లేట్లు తన రెండు చేతుల్లో పెట్టాను.

Chapter - 39

తన్వి

ఆశ్రిత్ ఇచ్చినట్టే నా రెండు చేతుల్లోకి తీసుకున్నాను ప్లేట్లు.

"నా ప్లేట్లు, వాటిల్లోని ఫుడ్ చాలా జాగ్రత్త. ఒక్కటి కింద పడినా పనిష్మెంట్ ఇస్తాను." అని కొంచెం

డ్రమాటిక్ గా కొంటెగా నవ్వుతూ వార్నింగ్ ఇచ్చారు.

నేను రియలైజ్ అయ్యేలోపలే తన పెదవులు నా పెదవుల మీద ఉన్నాయి. అప్రయత్నంగా నా కళ్ళు మూసుకున్నాయి.

తన కుడి చేత్తో నెమ్మదిగా దోపిన నా కొంగును టైటకు లాగారు. తన పెదవులపైన అల్లరి చిరునవ్వ తెలుస్తుంది గాఢమైన ముద్దులో కూడా.

తను చేసేది అర్థమయ్యి మా ముద్దు ట్రెక్ చేసి నా కళ్ళు తెరిచాను. ఆశ్రిత్ చిరునవ్వుతో నా ముఖంలోకి చూసి కన్ను కొట్టారు.

చీర కొంగు కిందకి వదిలేసి నా నడుం కుడివైపుకు చూసారు. టైట చల్లగాలి వీస్తున్నా తన చూపు తాకిడికి నాకు చిరు చమటలు పట్టాయి.

ఆశ్రిత్ మొఖంలో వెలుగు చూస్తే అర్థం అయ్యింది తనకు కావాల్సింది కనిపించిందని. తన చేతి వేళ్ళతో నా టాటూ పైన ట్రేస్ చేసారు చీర పైనుంచే సున్నితంగా.

తన చేతులు నన్ను చుట్టేస్తే బాగుండు అనిపించింది. ఊపిరి బరువెక్కింది.

"యు లుక్ సో హాట్ తన్వి!" అన్నారు టాటూనే చూస్తూ. తన మొఖం చూస్తుంటే తనను తాను చాలా కంట్రోల్ చేసుకుంటున్నట్టు తెలుస్తుంది.

"నా చేతుల్లోంచి ప్లేట్లు తీసుకోండి బరువుగా ఉన్నాయి" నెమ్మదిగా అన్నాను ఏం మాట్లాడాలో తెలియక.

చిన్నగా నవ్వి నా చేతుల్లోంచి ఒక ప్లేటు తీసుకుని, ఫ్రిడ్జ్ లోంచి కూల్ డ్రింక్స్ తీసుకుని మాట్స్ వైపు నడిచారు. నేను తనని ఫాలో అయ్యాను.

ప్లేట్లు, డ్రింక్స్ కింద పెట్టి పక్క పక్కన కూర్చున్నాం ఇద్దరం. చాలా సేపు మౌనంగానే ఉన్నాము.

"నువ్వు జడ ఇంత పొడుగ్గా ఎందుకు ఉంచుకున్నావు తన్వి? మిగతా అమ్మాయిల్లా కట్ చేసుకోవాలి అని అనిపించలేదా?" అని మా మధ్య సైలెన్స్ బ్రేక్ చేసారు ఆశ్రిత్.

"నాకు పొడుగు జడ ఇష్టం ఆశ్రిత్! అమ్మకి కట్ చేసుకుంటే నచ్చేది కాదు." అన్నాను నా జడ ముందుకి వేసుకుని.

"అది నీకు పెద్ద అసెట్ కట్ చెయ్యకు ఎప్పుడూ" అని దాన్ని పట్టుకుని నన్ను ఒళ్ళోకి లాక్కున్నారు.

"మీకు కన్వీనియెంట్ గా ఉంటుందనా కట్ చెయ్యొద్దు?" అడిగాను నవ్వుతూ.

"తన్వి, ఈ టైమ్ ఇక్కడితో ఆగిపోతే బాగుండు." అన్నారు నన్ను ఒడిలో పొదవి పట్టుకుని.

"ఎవరైనా వస్తారు" అని లేచి తన పక్కన కూర్చున్నాను కొంచెం దూరంగా జరిగి.

ఈలోపు వరుణ్ మాటలు వినిపించాయి. తల తిప్పి వాళ్ళు వెళ్ళిన వైపు చూసాము ఇద్దరం. సౌమ్య కొంచెం ముందు నడుస్తుంది. వరుణ్, సాక్షి తనకి వెనకాల ఏదో డిస్కషన్స్ లో మునిగి పోయారు.

"పాండ్ చుట్టూ చాలా బాగా చేసావు తన్వి! ఇక్కడికి ఫ్యామిలీస్ వచ్చి ఎంత ఎంజాయ్ చేస్తాయో ఊహించగలను. ఆశ్రిత్ కి తనలాగే ఆలోచించే పార్టనర్ దొరికింది ఇన్నాళ్ళకి!" అంది మాట్ పైన కూర్చుంటూ.

ఇద్దరం కంగారుగా చూసాము తనవైపు.

"అదే, పార్టనర్ అంటే ఆశ్రిత్ సమాజ సేవలో!" అని వివరించింది.

ఈలోపు వరుణ్, సాక్షి వచ్చారు. అందరం సరదాగా ఒక గంట కబుర్లు చెప్పుకుంటూ గడిపేసాము.

సాక్షి లేచింది ఆవలిస్తూ "ఇంక బయలుదేరుదాం. మళ్ళీ సిటీ కి వెళ్ళాలి. నేనూ, వరుణ్ పొద్దున్నే ఎయిర్పోర్ట్ కి వెళ్ళి క్లైంట్స్ ని రిసీవ్ చేసుకోవాలి." అంది.

Chapter - 40

ఆశ్రిత్

పాండ్ దగ్గర నుంచి చెరోక ఐటం పట్టుకుని టయలుదేరాము ఫార్మ్ హౌస్ కి.

నేను, తన్వి ముందు స్టార్ట్ అయ్యాము. మా వెనుక కొంచెం దూరంలో మిగతా ముగ్గురూ ఉన్నారు.

ఫార్మ్ హౌస్ దగ్గరికి వచ్చేసరికి ఏవో అరుపులూ ఆ వెంట ఏడుపులూ వినిపిస్తున్నాయి. ఇద్దరం ఒకరి మొఖం లో కి ఒకరం చూసుకుని స్టాఫ్ క్వార్టర్స్ వైపు అడుగులు వేసాము వేగంగా.

శ్రీను తాగేసి ఉన్నాడు. వాళ్ళావిడని కింద పడేసి కొడుతున్నాడు. ఆమె ఏడుపు, పక్కనే ఉన్న వాళ్ళ పిల్లల ఏడుపు విని ఒక్క క్షణం షాక్ కొట్టినట్టయ్యింది. హఠాత్తుగా అక్కడంతా మారిపోయింది. కాలం

పద్దెనిమిదేళ్ళు వెనక్కి వెళ్ళింది. అమ్మని నాన్న కొడుతున్నాడు, నేను, అక్క ఏడుస్తున్నాము అక్కడే నిలబడి ఏమీ చెయ్యలేక. ఎంత కొట్టినా ఆ రాక్షసుడికి కసి తీరక అక్కడే ఉన్న చాకు తీసుకున్నాడు. నేను వెళ్ళి అడ్డుపడ్డాను అమ్మకి. ఆ చాకు నా ఎడం చేతి పైభాగంలో దిగింది.

నాకు కోపం కంట్రోల్ అవ్వలేదు. వెళ్ళి శ్రీను కాలర్ పట్టుకుని చెంప ఛెళ్ళుమనిపించాను. అలాగే ఇంకో రెండు గట్టిగా తగిలించి లాక్కెళ్ళి కింద స్టోర్రూమ్ లో పడేసి తాళం వేసాను.

తన్ని ఈలోపు శ్రీను వాళ్ళావిడను పైకి లేపి మంచి నీళ్ళు ఇచ్చింది తాగడానికి.

"నిన్నే కూలీ ఇచ్చారు కదమ్మా పొద్దున్న పోయినేడు ఇప్పుడు వచ్చాడు. పిల్లలకి స్కూలు ఫీజులు కట్టాలి డబ్బులు ఏవి అని అడిగితే ఇలా కొడుతున్నాడు" శ్రీను వాళ్ళావిడ తన్ని కి చెప్పుంది.

లోపలికి వెళ్ళి డబ్బులు తెచ్చి ఆమె చేతిలో ఫీజు కట్టమని పెట్టాను.

అక్క వాళ్ళు అప్పుడే చేరుకున్నారు అక్కడికి. మా మొఖాలు చూసి, "ఏమయ్యింది ఆశ్రిత్?" అని అడిగింది అక్క.

నాలో కోపం ఇంకా చల్లారలేదు. మౌనంగా పైకి వెళ్ళిపోయాను.

తన్వి చెప్తుంది జరిగినది అక్క వాళ్ళతో.

కొంచెం సేపటికి అక్క పైకి వచ్చింది.

నా వెనుకనుంచి నన్ను హగ్ చేసుకుని "ఏమయ్యిందో నేను ఊహించగలను. మనది జరిగిపోయిన గతం ఆశ్రిత్. ఇలాంటివి చూసినప్పుడు నువ్వు దాన్ని గుర్తుతెచ్చుకుని ఇలా బాధపడకు. ఎన్ని బాధలు చూసినా నువ్వు ఇలా పది మంది పిల్లలకి సహాయం చేసే స్థాయికి ఎదిగావు." అని నా భుజం పైన తన చేత్తో రాస్తూ నా వీపుకి తల ఆన్చింది.

"కొంచం సేపు ఒంటరిగా ఉంటాను. పొద్దున్నకి నార్మల్ అయిపోతాను" అన్నాను తన వైపుకి తిరిగి.

"ఇలా నిన్ను వదిలి వెళ్ళాలని లేదు. పొద్దున్నే వీళ్ళిద్దరూ ఎయిర్పోర్ట్ కి వెళ్ళాలంట."

"మీరు బయలుదేరండి అక్క. ఐ ప్రామిస్ ఐ విల్ బి ఆల్రైట్!"

"మార్నింగ్ కాల్ చేస్తాను" అని అక్క కిందకి దిగిపోయింది.

"తన్వీ, వాడిని కొంచెం చూసుకో" అని తన్వి కి నన్ను అప్పచెప్పింది కిందకి వెళ్ళాక.

ఒక ఐదు నిమిషాల తరువాత వాళ్ళ కార్లు స్టార్ట్ అయ్యాయి. నేను పైన గోడ దగ్గర నిలబడ్డాను. తన్వి కింద గేటు దగ్గర నిలబడి ఉంది. మా ఇద్దరికీ బై చెప్పి వాళ్ళు బయలుదేరిపోయారు.

Chapter - 41

ఆశ్రిత్

నేను నా రూమ్ లోకి వెళ్ళిపోయాను. ఒక ఐదు నిమిషాల తరువాత తన్వి తలుపు తట్టింది.

"నేను ఫ్రెష్ అయి వస్తాను కూర్చో తన్వి" అరిచాను లోపలి నుంచి.

"సరే!" చిన్నగా వినిపించింది తన్వి గొంతు.

మొఖం కడుక్కుని స్లీవ్లెస్ టిషర్ట్, షార్ట్స్ లోకి మారి బయటకు వచ్చాను.

తన్వి సిటౌట్ లో కిచెన్ దగ్గర ఉంది.

"కాఫీ పెడుతున్నాను. మీరు తాగుతారు కదా?" అడిగింది.

"థాంక్స్ తన్వి! ఐ నీడ్ ఎ స్ట్రాంగ్ వన్" అన్నాను సోఫా లో కూర్చుంటూ.

"ఒకే బాస్! స్ట్రాంగ్ కాఫీ ఆర్డర్ నోటెడ్" అంది హుషారుగా.

ఇద్దరి కాఫీ కప్స్ తీసుకుని వచ్చి నా కప్ నాకిచ్చింది.

కప్ తీసుకుంటూ పక్కకి జరిగి నా ఎడమ వైపు కూర్చోమని సైగ చేసాను.

తాను కూర్చోగానే భుజం మీద తల వాల్చాను మౌనంగా.

"అలసిపోయారా?" అడిగింది.

లేదన్నట్టు తల ఊపాను. "కొంచెం అప్సెట్."

"నేనేమైనా చెయ్యగలనా మీ మూడ్ లిఫ్ట్ చెయ్యడానికి?" నా తలపై ముద్దు పెట్టింది.

"నాన్న, అమ్మ ప్రేమించుకుని పెళ్ళి చేసుకున్నారు. నాన్నకి ఎవరూ లేరు. అమ్మ ఇంట్లో

వాళ్ళని వదులుకుని నాన్న కోసం వచ్చేసింది. మొదట్లో అంతా బాగానే ఉంది. నాన్నకి అమ్మ ఉద్యోగం చెయ్యడం ఇష్టం లేదు. అమ్మ ఎవరితో మాట్లాడకూడదు. చిన్న చిన్నగొడవలు మొదలయ్యాయి. అమ్మ ఉద్యోగం మానేసింది గొడవలు తగ్గుతాయి అని. కొన్నాళ్ళకు నాన్న ఉద్యోగం పోయింది. ఒకరోజు మా ఫీజు కట్టడానికి డబ్బులు లేవు అని అమ్మ కొంచెం ఎక్కువే కోపంగా మాట్లాడింది. ఆరోజు నాన్న కోపం కట్టలు తెంచుకుంది. అమ్మని కొట్టాడు చాలా సేపు. ఇంకా కోపం చల్లారక అక్కడే ఉన్న కూరగాయల చాకు తీసుకుని అమ్మ మీదకి వచ్చాడు. నేను వెళ్ళి అమ్మకు అడ్డం పడ్డాను. ఆ కత్తి నాకు ఇక్కడ దిగింది." అని చేతి మీద నా టాటూ దగ్గర చూపించాను.

తన్వి మౌనంగా నా టాటూ మీద చేతివేలుతో నిమురుతుంది.

"అమ్మ, నాన్న మీద గృహహింస కేసు పెట్టింది. నాన్నని జైలు లో పెట్టిన మరునాడే హార్ట్ ఎటాక్ వచ్చి చనిపోయాడు. ఇక్కడ ఉన్న దెబ్బ పదే పదే ఆ మనిషిని గుర్తుకుతెస్తుంది అని అది కనిపించకుండా ఈ టాటూ వేయించుకున్నాను" అని నిటారుగా కూర్చున్నాను.

తన్వి సున్నితంగా నా టాటూ మీద ముద్దు పెట్టుకుంది.

"అందుకే ఈ ప్రేమ, పెళ్ళి అంటే నమ్మకం లేదు తన్వి. నాలో కూడా కోపం ఎక్కువే ఉంది. ఎప్పుడైనా నేను కూడా వివేకం కోల్పోతానేమో!"

"మీరు మీ నాన్నగారు కాదు! కోపం అందరికీ సహజం. అది అవసరమున్నప్పుడు రావాలి కూడా" అంది నా కళ్ళలోకి చూస్తూ.

సర్దుకుని కూర్చుని తన్వి ఒడిలో తల పెట్టుకుని పడుకున్నాను.

తన్వి

"థాంక్ యు తన్వి ఫర్ బీయింగ్ హియర్" అన్నారు నా ఓడిలో తల పెట్టుకుని నన్నే చూస్తూ.

"మీ కోసం ఎప్పుడైనా!"

గట్టిగా నిట్టూర్పు విడుస్తూ "అందరూ ఉన్నప్పుడు ఏకాంతం వెతుక్కున్నాం. ఇప్పుడు మనకి కావలిసినంత ఏకాంతం ఉంది కానీ మనసంతా గందరగోళంగా ఉంది."

"ఇప్పుడేమయిందని మనసు పాడుచేసుకోవడం? చిన్నప్పుడు ఎన్ని కష్టాలు చూసినా మీరు లైఫ్ లో చాలా సాధించారు మీ స్వయంకృషి తో. ఇరవై ఎనిమిది సంవత్సరాలకే మీ ఎచీవ్మెంట్స్ చాలా పెద్దవి. మీ సోషల్ రెస్పాన్సిబిలిటీ కూడా చాలా గొప్పది." అన్నాను తన

మెడ చుట్టూ చేతులు వేసి నాకు దగ్గరగా పొదవి పట్టుకుంటూ.

"నేను కూడా మీలాగా నా సొంత డిజైన్ కంపెనీ పెట్టాలి. మీరు నా ఇన్స్పిరేషన్." అన్నాను కంటిన్యూ చేస్తూ.

"ఇండస్ట్రీ లో ఇంత మంది ఉన్నారు, నేనే ఎందుకు నీ ఇన్స్పిరేషన్ తన్వి?" అడిగారు నా ముక్కు మీద వేలితో రాస్తూ.

"ఏమో. ఒకసారి యూట్యూబ్ లో ఏదో వెతుకుతూ మీ వీడియో బ్లాగ్ చూసాను. అప్పటినుంచీ మిమ్మల్ని ఫాల్ లో అయ్యాను. మీ బ్లాగ్స్ ఏదీ వదలకుండా చూస్తాను. మీ మాటలు కొత్త ఉత్సాహం రేపుతాయి. మీ గురించి ఇంత దగ్గరగా తెలుసుకున్నాకా ఇంకా పెరిగింది మీరంటే ఆరాధన."

కొద్ది క్షణాలు అలాగే చూసుకున్నాము ఒకరి కళ్ళలోకి ఒకరం.

ఆశ్రిత్ నా తల వెనుక చేయి వేసి నన్ను ముందుకు వంచారు నా పెదవులు తన పెదవులతో అందుకుంటూ. చిన్నగా మొదలయిన ముద్దు గాఢంగా మారింది. తను అలాగే పైకి లేచారు మా ముద్దు బ్రేక్ చెయ్యకుండా. తన రెండు చేతుల్లోకి నన్ను ఎత్తుకుని తన రూమ్ లోకి తీసుకుని వెళ్ళారు.

మంచం మీద పడుకోబెట్టి పక్కనే నిలబడ్డారు. మా ఇద్దరి అదురుకి మంచం ఊగుతుంటే అప్పుడు గమనించాను ఇది ఉయ్యాల మంచం అని. ఉయ్యాల పైకప్పు అద్దం కావడంతో ఆకాశం లోని నక్షత్రాలు కనిపిస్తున్నాయి.

"వావ్! థిస్ ఈస్ బ్యూటిఫుల్!" అన్నాను ఆశ్చర్యంగా.

"నో! యు ఆర్ మోర్ బ్యూటిఫుల్" అన్నారు నన్నే చూస్తూ. "నీ టాటూ డైరెక్టుగా చూడలేదు నేను! మే ఐ?"

తల ఊపాను ఎస్ అని.

నా పైటని తప్పించి చేత్తో తాకారు అక్కడ. నా రెండు చేతుల్లో మొఖం దాచేసుకున్నాను. ఒక ఐదు సెకండ్ల తరువాత దాని మీద తన పెదవుల స్పర్శ. నేను ఫ్రీజ్ అయిపోయాను. ఒక్కొక్క బట్టరైని ముద్దు పెట్టుకున్నారు నెమ్మదిగా, సున్నితంగా. అక్కడి నుంచి పైకి వచ్చి నా రెండు చేతులూ తప్పించారు తన చేతులతో.

"ఐ వాంట్ యు తన్వీ! నీకు తెలుస్తుంది కదా మన మధ్య ఏం జరుగుతుందో? నీకు అభ్యంతరం ఉంటే ఇప్పుడే చెప్పు."

లేదన్నట్టు తల ఊపాను. ఆశ్రిత్ కళ్ళలో మెరుపు. అలాగే నా చేతులను తన చేతులతో నొక్కి పెట్టి ముందుకు వంగి ముద్దు పెట్టుకున్నారు.

ఇద్దరి గెలుపు కోసం యుద్ధం మొదలయ్యింది. మా గెలుపుకి ఉయ్యాల మంచం కూడా సాయం చేసింది.

హఠాత్తుగా మెలకువ వచ్చింది. ఆశ్రిత్ కౌగిలిలో ఉన్నాను. తన మొఖం ప్రశాంతంగా ఉంది నిద్ర లో. తన

నుదిటిపై ఒక ముద్దిచ్చి నెమ్మదిగా బయటపడ్డాను కౌగిలి లోంచి.

రాత్రి ఆశ్రిత్ టీషర్ట్ వేసుకుని పడుకున్నాను. బాత్రూమ్ లోకి వెళ్ళి ఫ్రెష్ అయి నా చీర కట్టుకుని బయటకు వచ్చాను. ఆశ్రిత్ అలాగే గాఢంగా నిద్ర పోతున్నారు. దగ్గరకు వెళ్ళి తన నుదిటి పై ఇంకోక ముద్దిచ్చి నా ఫోన్ తీసుకుని నా రూమ్ కి బయలుదేరాను.

దారంతా ఏదో తడబాటు. ఎవరైనా చూస్తారేమో అని గిల్టీ ఫీలింగ్. చిరు చెమటలు పట్టాయి. ఇంటికి వచ్చి తలుపు తీయగానే అమ్మ నాన్నల ఫొటో వైపు చూడలేకపోయాను. అమ్మ చెంప ఛెళ్ళుమనిపించినట్టు అనిపించింది.

Chapter - 43

ఆశ్రిత్

సూటిగా కళ్ళలోకి ఎండ పడుతుంటే మెలకువ వచ్చింది. రాత్రి జరిగింది తలచుకుని చిన్నగా నవ్వుకున్నాను. తన్వి కోసం పక్కన తడిమి చూసాను. పక్కన తను లేదు. లైట్ స్టాండ్ మీద ఉన్న మొబైల్ తీసి టైమ్ చూసాను. పదకొండు అయ్యింది. చాలా రోజుల తరువాత ఇంత గాఢంగా నిద్ర పోయాను. తన్వి ఫార్మ్ కి వెళ్ళిపోయి ఉంటుంది.

 నిన్ను వెంటనే చూడాలి. నువ్వు లేకుండా ఒక్క నిమిషం కూడా ఉండలేను తన్వీ. ఇది ప్రేమ అయితే నాకు నీ మీద ఉన్నది ప్రేమే. నువ్వు ఎప్పుడూ నా దగ్గరే ఉండేలా చేసుకోవడానికి పెళ్ళి చేసుకోవాలి అంటే మనం వెంటనే పెళ్ళి చేసుకుందాం.

అక్క నుంచి మెసేజ్ వచ్చింది మొబైల్ కి, నిన్న పాండ్ దగ్గర తన్వి నా ఒడిలో ఉన్న ఫొటో. "ఈ ఫొటో నువ్వు డిలీట్ చెయ్యలేవు రా!" అని పెట్టింది.

"చెయ్యను అక్కా! తన్వి ని ప్రేమిస్తున్నాను నేను" అని రిప్లై ఇచ్చాను.

లేచి ఫ్రెష్ అయి కిందకి వచ్చేసరికి మంజుల, వెంకటేష్ పని చేసుకుంటున్నారు.

"జాతర బాగా జరిగిందా వెంకటేష్?" అని పలకరించాను.

"గుడ్ మార్నింగ్ సార్! బాగా అయ్యింది. మీరు ఇక్కడ ఉన్నప్పుడే వెళ్ళాల్సివచ్చింది. భోజనానికి ఇబ్బంది అయ్యిందా సార్?"

"లేదు, లేదు అంతా బాగానే ఉంది."

ఇంతలో తన్వి నుంచి ఏదో వాయిస్ మెసేజ్ నోటిఫికేషన్ వచ్చింది. ఇయర్ బడ్స్ పెట్టుకుని ఫోన్ ని వాక్ కి తీసుకుని బయలుదేరుతూ మెసేజ్ ప్లే చేసాను.

ఇయర్ బడ్స్ లో తన్వి గొంతు సాఫ్ట్ గా వినిపిస్తుంది.

"గుడ్ మార్నింగ్ ఆశ్రిత్! ఐ యాం సారీ మిమ్మల్ని లేపకుండా వెళ్ళిపోయాను. మీరు గాఢ నిద్రలో ఉన్నారు. ఆశ్రిత్, మీరు మన మధ్యలో ఏముందో తెలుసుకుందాం అన్నారు. మీరు ఏం తెలుసుకున్నారో ఏమో కానీ నేను మిమ్మల్ని ప్రేమిస్తున్నాను. మీరంటే విపరీతమైన ఇష్టం, గౌరవం, ఇప్పుడు ప్రేమ! రాత్రి మన మధ్య జరిగింది మన ఇద్దరి సమ్మతం తోనే కానీ ఇలాగే మీకు దగ్గరగా ఉంటే మన మధ్య ఏముందో తెలిసే లోపే మనకు ముగ్గురు పిల్లలు పుట్టేస్తారు" అని నవ్వింది. నేను కూడా నవ్వుకున్నాను.

"ఆశ్రిత్! పొద్దున్న మీ దగ్గరి నుంచి వస్తుంటే ఏదో గిల్టీ ఫీలింగ్. ఇంట్లో కి రాగానే అమ్మ డిజైన్ కంపెనీ పెట్టాలన్న నీ గోల్ ఏమయ్యింది? అని అడుగుతున్నట్టు అనిపించింది. మీరంటే నాకు చాలా ఇష్టం. రాత్రి జరిగిన దానికి నేను రిగ్రెట్ అవ్వట్లేదు. అది నాకు ఎప్పటికీ తీపి

జ్ఞాపకం. నాకు కొంచెం టైమ్ ఇవ్వండి. నా కంపెనీ ఓపెన్ చేసాక వచ్చి కలుస్తాను అప్పటికి మీరు పెళ్ళి చేసుకోకుండా ఉంటే...కాదు కాదు ఉండాలని కోరుకుంటున్నాను. మీ పక్కన నన్ను తప్ప ఇంకెవ్వరినీ చూడలేను. ఐ యామ్ పొసెసివ్ అబౌట్ యు! ఐ లవ్ యు ఆశ్రిత్! ఇలా వెళుతున్నందుకు నన్ను క్షమించండి. నా కంపెనీ ఓపెన్ చేసిన వెంటనే వస్తాను మీ దగ్గరికి. నన్ను అర్థం చేసుకుంటారనుకుంటున్నాను. విష్ మీ గుడ్ లక్! ఆ మర్చిపోయాను...మీ టీషర్ట్ తీసుకెళ్తున్నాను మీ జ్ఞాపకంగా!"

తన్వి మాటల షాక్ కి దారికి అడ్డంగా ఆగిపోయినట్టున్నాను. షాడో నా గుండెల మీద కాళ్ళు వేసి తోసింది. ముందుకి నడిచాను ఫోన్ లో తన్వి నెంబర్ డయల్ చేసి. "మీరు కాల్ చేసిన నంబరు స్విచ్ ఆఫ్ చేయబడి ఉంది" అని వినిపించింది. వెంటనే సాక్షి కి ఫోన్ చేసాను.

"పొద్దున్న సెషన్ అటెండ్ అవ్వలేదు ఎందుకు?" అంది కాల్ లిఫ్ట్ చేస్తూనే.

"సాక్షి, పొద్దున్న నువ్వు ఇంటి దగ్గర ఉండగా తన్వి వచ్చిందా అపార్ట్మెంట్ కి?" అడిగాను కంగారుగా.

"లేదు అనుకుంటా! ఏమయ్యింది?"

"అక్క ఫోన్ చేస్తుంది. మళ్ళీ మాట్లాడుతాను." అని కట్ చేసి అక్క కాల్ తీసుకున్నాను.

"ఏమయ్యింది ఆశ్రిత్? తన్వి రిజైన్ చేసింది జాబ్ కి! ఇందాక నేను మీటింగ్ లో ఉన్నప్పుడు మెయిల్ వచ్చింది. కాల్ చేసాను కానీ ఫోన్ స్విచ్ ఆఫ్ చేసింది."

"ఓహ్ అవునా?" అని మాత్రమే అనగలిగాను.

"నేను తరువాత మాట్లాడతాను" అని కాల్ కట్ చేసాను.

ముందు ఫార్మ్ లో పనులు అందరికి అప్పచెప్పాను. ఏదో ఎమర్జెన్సీ వచ్చి తన్వి వెళ్ళాల్సి

వచ్చిందనీ ఇంకోకరు జాయిన్ అయ్యే వరకూ బాగా చూసుకోమని చెప్పాను.

తన్వి పెంట్‌హౌస్ కి వెళ్ళాను. టైట తను సాయంత్రాలు ఎంజాయ్ చెయ్యడానికి ఏర్పాటు చేసుకున్న పరుపు, పూల కుండీలు అన్నీ మా జ్ఞాపకాలే మోసుకొచ్చాయి.

మళ్ళీ వెనక్కి ఫార్మ్ దగ్గర తన్వి కేబిన్ కి వెళ్ళి తను పెట్టిన ఫిష్ బౌల్ నాతో తీసుకొచ్చాను నా రూమ్ కి. ఇంక అక్కడ ఉండడం ఇష్టం లేక షాడో ని, ఫిష్ బౌల్ ని తీసుకుని బయలుదేరాను.

అక్క ఫోన్ చేసింది కారు లో ఉండగా "ఆశ్రిత్! తన్వి ఏమై ఉంటుంది? వాళ్ళ ఫ్రెండ్ ది ఉంది ఎమర్జెన్సీ కాంటాక్ట్. కాల్ చెయ్యనా?"

"వద్దు అక్కా! తను వస్తుంది నా కోసం. వెయిట్ చేస్తాను."

Chapter - 44

తన్వి

నాలుగేళ్ళ తరువాత...

పొద్దున్నే ప్రశాంతంగా కాఫీ తాగుతూ ఆశ్రిత లేటెస్ట్ వీడియో బ్లాగ్ ఎదో సారి చూస్తున్నాను. ఇంకా హ్యాండ్సమ్ గా తయారయ్యారు. వీడియోస్ కింద అమ్మాయిల కామెంట్స్ ఎక్కువ అయిపోయాయి. నేను గనక అడ్మిన్ అయితే వాటన్నిటినీ డిలీట్ చేసి పడేస్తాను అనుకున్నాను కసిగా.

వీడియో పూర్తవుతుంది అనుకుంటుండగా అంకిత వీడియో కాల్ నోటిఫికేషన్ వచ్చింది. కాల్ లిఫ్ట్ చేసి ట్యాబ్ నాకు ఎదురుగా పెట్టుకుని కూర్చున్నాను.

"ఏంటి ఇంత పొద్దున్నే? ఇంకా మీ ఆయన నిద్ర లేవలేదా?" అడిగాను కాఫీ తాగుతూ.

"లేదు కానీ నువ్వు మళ్ళీ అదే టీషర్ట్ వేసుకున్నావా?"

"నా ఫేవరెట్ ఇది." అన్నాను. ఆశ్రిత్ నుంచి తెచ్చుకున్న తన టీషర్ట్ ఇది. అప్పుడప్పుడు తన హగ్ కావాలనిపించినప్పుడు వేసుకుంటాను. అంటే వారానికి ఒక ఐదు సార్లు అంతే!

"ఇప్పటికైనా ఆశ్రిత్ ని కలువు తన్వీ, తను నాకు మెసేజ్ చేసి రెండు సంవత్సరాలు అయ్యింది!" అంది. ఆశ్రిత్ నేను వచ్చేసిన రెండు సంవత్సరాలకి అంకిత కి మెసేజ్ చేసారు, "తన్వి కి ఎప్పుడు నా అవసరం ఉందని మీకనిపించినా ప్లీజ్ కాల్ చెయ్యండి. మీ కాల్ రానంత వరకూ తను సేఫ్ గా ఉందని నేను అనుకుంటాను" అని. హి ఈస్ ఏ పర్ఫెక్ట్ జెంటిల్మన్!

"ఎప్పుడూ చెప్పే సమాధానమే అంకిత. నాకు ఇంకా ధైర్యం సరిపోవట్లేదు."

"అమ్మా!" వేద పిలిచింది నిద్ర గొంతుతో.

"వేద లేచింది. నేను మళ్ళీ కాల్ చేస్తాను నీకు." అని కాల్ కట్ చెయ్యబోయాను.

"వేద కోసమే కలవమంటున్నాను. వాళ్ళిద్దర్నీ దూరం చెయ్యకు. బై!" అని కాల్ కట్ చేసింది. ఈ విషయంలో అంకితకి నా మీద చాలా కోపం.

కాఫీ కప్ టేబుల్ మీద పెట్టి బెడ్రూమ్ లోకి పరిగెత్తాను.

అప్పుడే కళ్ళు తెరుస్తుంది వేద. ఇంకా నిద్ర తీరలేదు.

"గుడ్ మార్నింగ్ మై డాల్!" అన్నాను.

"కాదు వేద ఆసీత్" అంది దాని ముద్దు మాటలతో.

"ఒకే మేడం వేద ఆశ్రిత్!" అని పైకి లేపి ఎత్తుకున్నాను.

"అమ్మా, మనం హైదరాబాద్ ఎప్పుడు వెళుతున్నం?"

"ఫ్రైడే వెళుతున్నాం. సాటర్డే ఈవెంట్ ఉంది. సండే అంకిత ఆంటీ ఇంటికి వెళ్తాము" ఏదో సారి చెప్పాను ఈ వీకెండ్ ప్లాన్.

"అక్కడ నా బర్త్ డే డ్రెస్ కొనుక్కుంటున్నాం" గుర్తుచేసింది.

"అవును! అది మర్చిపోయాను" అన్నాను సారీ ఫేస్ పెట్టి.

"నాకు చాలా బ్యాంగిల్స్ కూడా" అంది చేతులింత చాపి. వేద కి చిన్నప్పుడు అంకిత బ్యాంగిల్స్ తెచ్చింది. అప్పటినుంచి బ్యాంగిల్స్ అంటే పిచ్చి. చేతినిండా వేసుకుని తిరుగుతుంది అప్పుడప్పుడు.

"సరే బంగారం! నీకు కావాల్సినవన్నీ కొనేద్దాం. ఇప్పుడు బ్రష్ చేసుకుని పాలు తాగు" అన్నాను బాత్రూం వైపు తీసుకెళ్తు.

"బంగారం కాదు వేద ఆసిత్! నేను ఎన్ని సార్లు కరెక్ట్ చెయ్యాలి? డాల్ అంటావు, బంగారం అంటావు, స్వీటి పై అంటావు!" అని క్లాస్ పీకింది నాకు.

"నా ఇష్టం నేను ఏమైనా పిలుస్తాను. హూ ఈస్ ది మథర్ హియర్?" అన్నాను నడుం మీద చెయ్య వేసుకుని కోపం నటిస్తూ.

"నువ్వే!" టుంగమూతి పెట్టుకుంది.

బ్రష్ చేసుకుని వచ్చి డైనింగ్ టేబుల్ మీద కూర్చుంది. అక్కడ నేను పెట్టిన ట్యాబ్ తీసుకుని యూట్యూబ్ ఓపెన్ చేసింది. ఇందాక నేను చూస్తున్న ఆశ్రిత్ వీడియో బ్లాగ్ వచ్చింది స్క్రిన్ పైన.

"అమ్మా నాన్న ఈస్ హ్యాండ్సమ్!" అంది గట్టిగా.

"ఎస్!" అని నవ్వుతూ పాలు తీసుకొచ్చి టేబుల్ మీద పెట్టాను.

ఆశ్రిత్ వీడియో ప్లే చేసుకుని పాలు తాగుతుంది. వాళ్ళ నాన్న అంటే చాలా ఇష్టం. ఆశ్రిత్ మాటలు దానికి అర్థం కాకపోయినా కళ్ళింత చేసుకుని వీడియోస్ చూస్తుంది. దానికి వాళ్ళ నాన్నతో ఉన్న కనెక్షన్ అదే. నాన్న మన దగ్గర ఎందుకు లేరు అన్న ఆలోచన దానికి ఇంకా రాలేదు.

ఆశ్రిత్ కి ఈ ప్రపంచంలో ఏదో మూల నేను ఉన్నానని తెలుసు. కానీ వేద గురించి తెలియదు. వేద తన కూతురని తెలిస్తే ఎలా రియాక్ట్ అవుతారు? ఈ నిజం మా మధ్య బంధం బలవంతంగా తను ఒప్పుకునేటట్టు చేస్తుందా? టైటకి తెలిస్తే ఎలాంటి మచ్చ లేని తన ఇమేజ్ పాయింట్ అఫ్ డిస్కషన్ అవుతుందా? తనకి నా మీద ప్రేమ ఉండాలి కానీ అనుకోకుండా తప్పని బాధ్యత కాదు. ఈ ఆలోచనే మళ్ళీ తిరిగి తన దగ్గరికి వెళ్ళడానికి అప్పుడూ అడ్డుకుంది. ఇప్పుడు కూడా అడ్డుకుంటుంది.

"అమ్మా, నాన్న వీడియో ఇంకోకటి పెట్టు" అడిగింది వేద.

నా ఆలోచనల లోంచి టైటకి వచ్చాను. టైమ్ ఏడయ్యింది.

"చాలా టైమ్ అయ్యింది వేద! తొందరగా తయారవ్వాలి. నిన్ను స్కూల్ లో దించేసి నేను ఆఫీస్ కి వెళ్తాను." వేద స్కూల్ పన్నెండు గంటలకి

అయిపోతుంది. నేను వేద ని తీసుకుని ఇంటికి వచ్చి మధ్యాహ్నం ఇంట్లోంచి వర్క్ చేస్తాను.

ఎప్పుడైనా వేద ని వదిలి తప్పనిసరై బైటకు వెళ్ళాల్సి వస్తే మా అపార్ట్మెంట్స్ లోనే అనిత అని లా స్టూడెంట్ ఉంది. తనకి అప్పచెప్పి వెళ్తాను. ఇద్దర్నీ మా ఎదురింట్లో భవాని ఆంటీ చూసుకుంటారు. ఆవిడ రిటైర్డ్ స్కూలు ప్రిన్సిపాల్. మొదట్లో నా సింగల్ మదర్ స్టేటస్ చూసి కొంచెం నాకు దూరంగా ఉన్నారు. కానీ ఇప్పుడు ఆవిడే నాకు పెద్ద సపోర్ట్ ఇక్కడ.

Chapter - 45

ఆశ్రిత

రోజులాగే ఆఫీస్ కి ఎనిమిది గంటలకే వచ్చాను. నా కాఫీ తెచ్చుకుని కూర్చుని తన్వి సోషల్ ప్రొఫైల్స్ ఓపెన్ చేసి చూసాను. నాలుగేళ్లుగా అవి అలాగే ఉన్నాయి. తను కొత్త అప్డేట్స్ ఏమీ పోస్ట్ చెయ్యలేదు. నేను మొదట చేసే పని ఇదే ఆఫీస్ కి రాగానే ఈ నాలుగేళ్లుగా.

"నీ కంపెనీ ఇంకా ఓపెన్ చెయ్యలేదా తన్వి? ఎప్పుడు వస్తావు నా దగ్గరికి తిరిగి? ఇది అన్యాయం కదా! నువ్వ నన్ను చూస్తున్నావు. కానీ నాకు నీ గురించి ఏమీ తెలియదు." అన్నాను తన ప్రొఫైల్ పిక్చర్ చూస్తూ.

ఒకోక్కసారి మా మధ్య జరిగింది అంతా కలేమో అనిపిస్తుంది. నేను ఎదురు చూసే మనిషి నిజంగా ఉందా లేక నా కల్పితమా అనిపిస్తుంది. నేను నిన్ను ప్రేమిస్తున్నాను అని చెప్పే లోపే వెళ్ళిపోయింది. నేను చెప్పడం లేటు చేసానా? తను తొందరపడి వెళ్ళిపోయిందా?

"నువ్వు ఎక్కడున్నా వెనక్కి రా తన్వీ నా కోసం...మన కోసం. నిన్ను చూడాలి, నీ నవ్వు చూడాలి, నీ కౌగిలి కావాలి, నీతో కలిసి నడవాలి, నీ ఒడిలో పడుకుని కబుర్లు చెప్పాలి. ఐ లవ్ యు! ముఖ్యంగా నీకు ఇది చెప్పాలి." తన ఫోటో నా చేతి వేలితో తడిమాను.

"గుడ్ మార్నింగ్!" అన్నాడు వరుణ్ నా కెబిన్ లోకి వచ్చి నాకు ఎదురుగా కుర్చీ లో కూర్చుంటూ.

"గుడ్ మార్నింగ్ వరుణ్!" లాప్టాప్ క్లోజ్ చేసి నా ఎక్స్టెన్షన్ తీసాను "కాఫీ చెప్పనా?"

"ఒక బ్లాక్ కాఫీ చెప్పు!"

పాంట్రీ కి డయల్ చేసి బ్లాక్ కాఫీ చెప్పి కాల్ కట్ చేసాను.

"శౌర్య స్కూలు కి వెళ్ళిపోయాడా?" అడిగాను.

శౌర్య నా మేనల్లుడు. వాడు పుట్టాకా అక్క బ్రేక్ తీసుకుంది.

"సౌమ్య డ్రాప్ చేసింది స్కూలు లో ఈ రోజు! టీచర్ తో ఏదో మాట్లాడే పని ఉందంట."

"ఒకే! ఏమన్నా కంప్లైంట్ వచ్చిందా?"

"ఎవరో అమ్మాయి జడ పట్టుకుని లాగాడంట స్కూల్లో. రోజూ ఆ అమ్మాయిని ఇలాగే విసిగిస్తున్నాడు అని టీచర్ నోట్ రాసి పంపింది." చెప్పాడు చిన్నగా నవ్వుతూ.

"ఆ అమ్మాయి నచ్చిందేమో!" అని నేనూ నవ్వేసాను.

ఇది వినగానే తన్వి జడ పట్టుకుని నా ఒడిలోకి లాక్కున్న మూమెంట్ గుర్తుకు వచ్చింది. ఇప్పుడు తన్వి జడ కట్ చేసుకుని ఉంటుందా? అనుకున్నాను.

బాయ్ కాఫీ పట్టుకుని లోపలికి వచ్చాడు. ఇద్దరం కాఫీ తాగుతూ అవీ, ఇవీ మాట్లాడుకున్నాం కొంచెం సేపు.

ఈలోపు ఎవరో డోర్ మీద నాక్ చేసారు.

"కం ఇన్!" అన్నాను.

"గుడ్ మార్నింగ్ ఆశ్రిత్! పది నిమిషాలు మీ టైమ్ కావాలి." అని మా సిఎస్ఆర్ హెడ్ ప్రియ లోపలకి వచ్చింది.

"గుడ్ మార్నింగ్ ప్రియ! రండి కూర్చోండి."

"నేను లంచ్ టైమ్ లో కలుస్తాను!" అని నాకు చెప్పి, "హాయ్ ప్రియ!" అని ప్రియ ని విష్ చేసి వరుణ్ వెళ్ళిపోయాడు.

"చెప్పండి ప్రియ!" అడిగాను తను కుర్చీలో కూర్చున్నాక.

"ఆశ్రిత్! ఈ సంవత్సరం అనాధ పిల్లలకి స్కూలు ఫీజు కోసం మనం చేసిన ఫండ్రైసింగ్ ప్రోగ్రాం కి రెస్పాన్స్ బాగుంది. మన ప్రోగ్రాం సక్సెస్ అవ్వడానికి సహాయపడ్డ వాలంటీర్స్ కి, డోనర్స్ కి శనివారం రాత్రి గోల్కొండ రిసార్ట్స్ లో ర్యాంప్ వాక్ ఏర్పాటు చేసాము. ర్యాంప్ వాక్ తరువాత డిన్నర్ ఉంది. మీకు అప్డేట్ చేద్దామని వచ్చాను."

"వెరీ గుడ్! ఇందులో మీ హార్డ్ వర్క్ చాలా ఉంది. మీరు కూడా నడవాలి ర్యాంప్ పైన." అన్నాను ప్రియ ని ఉద్దేశించి.

"థాంక్ యు ఆశ్రిత్! నాకు ఈ అవకాశం ఇచ్చినందుకు." అని లేచి నిలబడింది.

"నేను కూడా ఈ సంవత్సరం అటెండ్ అవ్వడానికి ట్రై చేస్తాను." లేచి నిలబడి తనకి హ్యాండ్ షేక్ ఇచ్చాను.

"సరే ఆశ్రిత్! మీకు సీటు రిజర్వ్ చేసి ఉంచుతాను ఫ్రంట్ రో లో!"

"వద్దు! లెట్ మీ బి డిస్క్రిట్!"

"ఓకే ఆశ్రిత్!" అని వెళ్ళిపోయింది.

నా సీటు లో కూర్చోగానే సాక్షి స్కైప్ కాల్ చేసింది.

"హాయ్ సాక్షి!" అన్నాను వీడియో కాల్ ఆన్సర్ చేస్తూ.

సాక్షి అమెరికా వెళ్ళింది క్లయింట్ మీటింగ్ కి.

"హాయ్ ఆశ్రిత్! ఇప్పుడే చేరుకున్నాను నా రూమ్. రేపు మీటింగ్ ఉంది. నీ నోట్స్ ఏమన్నా ఉంటే పంపించు. నా ప్రపోజల్ కూడా పంపుతాను. రివ్యూ చెయ్యి!"

"ఓకే! నీకు లేటు అయ్యింది. రెస్ట్ తీసుకో. రేపు పొద్దున్నకి అన్నీ నీ మెయిల్ కి పంపిస్తాను."

"థాంక్స్ ఆశ్రిత్! మాట్లాడలేను ఇంక, నిద్ర వస్తుంది. గుడ్ నైట్!"

"గుడ్ నైట్!"

Chapter - 46

తన్వి

శుక్రవారం పొద్దున్నే ఎనిమిది గంటలకు ఫ్లైట్. వేద, నేను టయలుదేరాము ఎయిర్పోర్ట్ కి. వేద నా ఒడిలో నిద్ర పోతుంది.

అప్పుడు వచ్చేసాకా మళ్ళీ హైదరాబాద్ కి ఇప్పుడే వెళ్ళడం. మా అపార్ట్మెంట్ కి వెళ్తున్నాను వేదని తీసుకుని. క్లీనింగ్ కంపెనీ వాళ్ళు నెలకి ఒకసారి వచ్చి ఇల్లు క్లీన్ చేసి వెళ్తారు. వాళ్ళని నిన్న వచ్చి క్లీన్ చెయ్యమన్నాను. కార్ సర్వీసింగ్ కి ఇవ్వాలి నేను వెళ్ళాక. సాక్షి ఇంట్లో లేదు. రెండు రోజుల క్రితమే తను అమెరికా వెళ్తున్నట్టు పోస్ట్ చూసాను ఫేస్బుక్ లో. ముందు బుక్ చేసుకున్న హోటల్ రూమ్ క్యాన్సల్ చేసి ఇంట్లో ఉందామని డిసైడ్ అయ్యాను.

నిజానికి సాక్షి వల్లే నేను ఆశ్రిత్ ని కలిసాను. నా లైఫ్ లోని ఈ అందమైన మలుపులు సాక్షి వల్లే. తన నుంచి దాక్కుంటున్నందుకు సిగ్గుగా ఉంది కానీ నేను వాళ్ళెవ్వరికీ సమాధానం చెప్పలేని పరిస్థితిలో ఉన్నాను.

కొంచెం టెన్షన్ గా ఉంది. ఆశ్రిత్ ని చూడాలని ఉంది. మనసు కోరుకున్నవన్నీ చెయ్యలేము కదా. కానీ ఎన్నాళ్ళు ఉంటాను ఇలా దాక్కుని? రేపు వేదకి వాళ్ళ నాన్నని కలవాలి అన్న ఆలోచన వస్తుంది. అది ఎలా హ్యాండిల్ చేస్తాను?

ఇప్పుడెలాగూ హైదరాబాద్ వచ్చాను. ఆశ్రిత్ ని కలిసి నిజం చెప్పేస్తే? "మీరు నా గురించి మీకిష్టం లేని ఎలాంటి నిర్ణయాలూ తీసుకోవక్కర్లేదు. కానీ వేదని యాక్సెప్ట్ చెయ్యండి ప్లీజ్! ఆ చిన్ని మనసుకి మీరొక సూపర్ హీరో. స్క్రీన్ మీద మీరు కనిపించగానే కళ్ళు నక్షత్రాల్లా చేసుకుని చూస్తుంది" అని చెప్పేస్తే?

ఇలా ఈ మూడేళ్ళలో ఎన్నోసార్లు అనుకున్నాను. కానీ ఆశ్రిత్ ని చూస్తే నా నోరు పెగులుతుందా? ఎలా రియాక్ట్ అవుతారు? ఈ మూడేళ్ళూ నా కూతుర్ని నాకెందుకు దూరం చేసావు అని గొడవపడతారా? నా మీద కోపంతో కూతురి మీద హక్కు కోసం కోర్టు కి వెళ్తారా? ఏమో అసలు తన రియాక్షన్ ఎలా ఉంటుందో?

వేద ఇన్స్టాగ్రామ్ మోడల్. బేబీ ఫుడ్, డ్రెస్సెస్ ప్రమోట్ చేస్తుంది. చిన్నప్పటి నుంచీ ఫొటో పొజింగ్ లో ఎక్స్పర్ట్. సరదాగా తన అకౌంట్ ఓపెన్ చేసాను. తనకి ఫాలోయర్స్ ఎక్కువ అయ్యారు. చాలా ఎండార్స్మెంట్ రిక్వెస్ట్స్ వచ్చాయి. తన మోడలింగ్ లో వచ్చిన మనీ వాళ్ళ నాన్న సమాజ సేవకి వేద పేరు మీద డొనేట్ చేస్తాను. రేపు ఇక్కడ అటెండ్ అయ్యే ఈవెంట్ అదే.

ఆశ్రిత్ అటెండ్ అవ్వరు ఈ ఈవెంట్స్ కి. కంపెనీ సిఎస్ఆర్ హెడ్ వస్తుంది. ఈసారి వాళ్ళు బాగా బ్రతిమిలాలారు. "ఈవెంట్ పెద్ద ఎత్తున ప్లాన్ చేసాము.

అందరూ మిస్ అవ్వకుండా వస్తే బాగుంటుంది. మిమ్మల్ని చూసి భవిష్యత్తులో చాలా మంది స్ఫూర్తి పొందుతారు. అదే కాకుండా మా అతి చిన్న డోనర్ ని అభినందించే అవకాశం మాకు ఇవ్వండి" అని.

మా ఫ్లైట్ హైదరాబాద్ లో ల్యాండ్ అయ్యింది. క్యాబ్ తీసుకుని అపార్ట్మెంట్ చేరుకున్నాము. వేద చాలా హుషారుగా ఉంది ఇల్లంతా తిరుగుతూ. "అమ్మా! ఇది మన ఇల్లా?" అని అడిగింది రాగానే.

"అవును. నేను, అమ్మమ్మ, తాతయ్య, మామయ్య ఇక్కడే ఉండే వాళ్ళం. నా వర్క్ అయిపోయాక నీకు నా చిన్నప్పటి బొమ్మలు, ఫోటోలు చూపిస్తాను. సాయంత్రం నీ పుట్టినరోజు డ్రెస్ కొనుక్కోవడానికి వెళ్దాం."

"ఇంకా బ్యాంగిల్స్ కూడా!" గుర్తుచేసింది.

"ఎస్! బ్యాంగిల్స్ కూడా కొనుక్కుందాం. నువ్వ విసిగించకుండా ఉంటే"

Chapter - 47

ఆశ్రిత్

"గుడ్ మార్నింగ్ ఆశ్రిత్! గోల్కొండ రిసార్ట్ లో ఈవెంట్ సాయంత్రం ఆరు గంటలకి మొదలవుతుంది" అని ప్రియ మెసేజ్ చేసింది నేను పొద్దున్న జిమ్ లో ఉండగా.

గుర్తుచెయ్యకపోతే ఫార్మ్ హౌస్ కి వెళ్లిపోయే వాడిని. ప్రియ కి థాంక్ యు మెసేజ్ పెట్టేసి వెంకటేష్ కి కాల్ చేసి ఈవారం అక్కడికి రావట్లేదని చెప్పాను. పొద్దున్న కొంచెం సేపు షాడో ని తీసుకుని అక్క వాళ్ళ ఇంటికి వెళ్ళి శౌర్య తో గడిపేసి వచ్చాను.

సాయంత్రం రిసార్ట్స్ కి చేరుకున్నాక ప్రియ కి మెసేజ్ చేసాను "ఐ యాం హియర్ ఎట్ ది వెన్యూ" అని.

"సిక్స్ రో ఫిఫ్త్ సీట్ ఆశ్రిత్!" అని రిప్లై వచ్చింది వెంటనే.

కారు పార్క్ చేసి ఆడిటోరియం లోపలి కి వెళ్ళి కూర్చున్నాను. అప్పుడప్పుడు ఇలా స్వయంగా వెళ్తే ఉద్యోగులకు కూడా ప్రోత్సాహకరంగా ఉంటుంది.

హాల్ అంతా వాలంటీర్లు, డోనర్ల ఫ్రెండ్స్ అండ్ ఫ్యామిలీస్ తో నిండిపోయింది. రిఫ్రెష్మెంట్స్ సర్వ్ చేస్తున్నారు అందరికీ.

ప్రియ టైమ్ అవ్వగానే ప్రోగ్రాం స్టార్ట్ చేసింది. కొన్ని ఎంటర్టైన్మెంట్ ఈవెంట్స్ ప్లాన్ చేసారు మొదట్లో. ఆడియన్స్ బాగానే ఎంగేజ్ అయి ఉన్నారు బోర్ లేకుండా. ప్రియ కి అవార్డు ఇవ్వాలి ప్రోగ్రాం తరువాత అని మెంటల్ గా నోట్ చేసుకున్నాను.

చివర్లో ర్యాంప్ వాక్ మొదలయ్యింది. ఒక్కొక్కరు వస్తుంటే ప్రియ వాళ్ళ గురించి రెండు మాటలు చెప్తుంది. ఈ ర్యాంప్ వాక్ ఐడియా బాగుంది. సమాజ సేవ కోసం పనిచేసిన వీళ్ళందరూ నిజమైన హీరోస్.

ఒక్కొక్కరూ వాక్ అయిన తరువాత వాళ్ళు ఎలా ఇన్స్పైర్ అయి ఈ కారణం కోసం తమ టైమ్ అండ్ మనీ ఇన్వెస్ట్ చేస్తున్నారో చెప్పి స్టేజి దిగుతున్నారు.

"నౌ ఇట్స్ ది టర్న్ అఫ్ అవర్ యొంగెస్ట్ డోనర్ టబీ వేద!" అని ప్రియ అనౌన్స్ చేసింది.

ఒక చిన్న పాప ర్యాంప్ మీదకి వచ్చి నిలబడింది. మూడేళ్ళు ఉంటాయేమో. శౌర్య ది కూడా అదే వయస్సు.

"వేద ఇన్స్టాగ్రామ్ మోడల్. తన మోడలింగ్ లో వచ్చిన రెమ్యూనరేషన్ రెండు సంవత్సరాల నుంచి తన మథర్ మన సర్వీసెస్ కి డొనేట్ చేస్తున్నారు" ప్రియ కంటిన్యూ చేసింది వేద గురించి.

కానీ పాప ముందుకి నడవలేదు. ఇంత మంది జనాల్ని చూసి భయపడింది ఏమో స్టేజి పక్కన కర్టైన్స్ వైపు చూస్తుంది. పాప ముద్దుగా ఉంది. పాలమీగడ లాంటి రంగు, తేనె కళ్ళు, ఉంగరాల జుట్టు పొడవుగా ఉంది. బొద్దుగా బార్బీ డాల్ లా ఉంది పింక్ కలర్ ఫ్రాక్,

పింక్ షూస్ వేసుకుని. అందరూ పాపని ఫొటోస్ తీసుకోవడం మొదలుపెట్టారు. తనని చూసేకొద్దీ ఎక్కడో చూసిన ఫీలింగ్. హాల్ అంతా సైలెంట్ గా ఎదురుచూస్తున్నారు ఎప్పుడు ముందుకి నడుస్తుందా అని. ప్రియ కర్టెన్స్ వైపు చూసి స్మైల్ ఇచ్చింది. పాప పేరెంట్స్ అక్కడ ఉండి ఉంటారు.

కర్టెన్స్ వెనుకనుండి పాప మధర్ స్టేజి మీదకు వచ్చి పాప చేయి పట్టుకుని ర్యాంప్ మీద నడిపించింది.

"తన్వి!" నాకు తగిలిన షాక్ కి కొంచెం గట్టిగానే అనేసాను. తల తిరిగినట్టు అయ్యింది. సీట్ కున్న హ్యాండ్ రెస్ట్స్ గట్టిగా పట్టుకున్నాను.

ర్యాంప్ చివరికి తీసుకొచ్చాక తన్వి పాపని ఎత్తుకుంది. నన్ను తన కోసం వెయిట్ చెయ్యమంది, నా పక్కన ఎవ్వరినీ చూడలేను అంది. తను మాత్రం పెళ్ళి చేసుకుందా? ప్రశ్నలతో నా బుర్ర పనిచెయ్యట్లేదు. స్టేజి మీద వాళ్ళిద్దరూ మాత్రమే కనిపిస్తున్నారు. మిగతాదంతా మాయం అయిపోయింది నాకు.

"నేను వేద మధర్ తన్వి! అందరికీ నమస్కరం." తన్వి మైక్ తీసుకుని చెప్పింది. "వాళ్ళ నాన్నగారికి అనాథ పిల్లలకు అన్ని రకాలుగా సాయం చెయ్యాలన్న తపన. అందుకే చిన్నప్పటినుంచీ తనని కూడా ఆ దారిలో నడిపిద్దామనుకున్నాను." చప్పట్ల మధ్య తన్వి కంటిన్యూ చేసింది.

"అందరికీ హాయ్ చెప్పు వేద!" అని పాప వైపు మైక్ పెట్టింది.

"హలో, ఐ యాం వేద ఆసిత్!" అంది పాప.

"తన పేరు వేద అని చెప్తే ఒప్పుకోదు. వేద ఆశ్రిత్ అని పూర్తిగా చెప్పాలి." అంది తన్వి నవ్వుతూ.

నా మీద బాంబు పడినట్టయ్యింది. అంటే వేద నా కూతురా? మైండ్ అంతా బ్లాంక్ గా అయిపోయింది. రెస్ట్‌లెస్ అయిపోయాను. లేచి హాల్ బైటకు వెళ్ళాను. ఎన్నో ప్రశ్నలు బుర్రంతా, వాటికి తన్వి మాత్రమే సమాధానం చెప్పగలదు.

ప్రియ కాల్ చేసింది "ఆశ్రిత్, మీరు థాంక్ యు నోట్ చెప్తారా?"

"లేదు ప్రియ మీరు కంటిన్యూ చెయ్యండి" అని కాల్ కట్ చేసాను.

ఇంస్టాగ్రామ్ ఓపెన్ చేసి వేద ఆశ్రిత్ అని సర్చ్ చేసాను. వేద అకౌంట్ ఓపెన్ అయ్యింది. తన ఫొటోస్ ఒకొక్కటి తీసి చూసాను. అప్పుడు స్టైక్ అయ్యింది. ఆ తనె కళ్ళు, ఉంగరాల జుట్టు అమ్మ పోలికలు. వేద అమ్మలాగే ఉంది.

స్క్రిన్షాట్ తీసి అక్కకి పంపించాను, ఎక్కడో చూసినట్టు ఉందా అని.

"పాప బాగుంది రా ముద్దుగా, అమ్మ లాగ ఉన్నాయి ఆ కళ్ళు, జుట్టు." అని రిప్లై ఇచ్చింది.

తన్వి మీద కోపం వచ్చింది విపరీతంగా. తనని చాలా అడగాలి. అంత కంటే ముందు తను నా కళ్ళు దాటకుండా చూడాలి.

మళ్ళీ మెసేజ్ వచ్చింది ఫోన్ కి. ఈసారి సాక్షి నుంచి "తన్వి ఈస్ ఇన్ ది అపార్ట్మెంట్!" అని.

Chapter - 48

తన్వి

ఈవెంట్ అయ్యేసరికి రాత్రి పదకొండు గంటలయ్యింది. వేద నా ఒడిలో నిద్ర పోయింది. అలాగే ఎత్తుకుని కారు దగ్గరికి వెళ్ళాను. కారు డోర్ తీసి వేద ని పాసెంజర్ సీటు లో కూర్చోబెట్టడానికి ట్రై చేసాను. నిద్ర లోనే ఏడుపు మొఖం పెట్టి నన్ను మరింత గట్టిగా హత్తుకుంది.

"వేదా ఇంటికి వెళ్ళాలి రా! అమ్మ కారు డ్రైవ్ చెయ్యాలి కదా!" అన్నాను దాన్ని లేపడానికి. గాఢ నిద్ర లో ఉంది. పోనీ ఎవరన్నా టెంపరరీ డ్రైవర్ ని బుక్ చేసుకుందామనుకుని బ్యాగ్ లో ఉన్న మొబైల్ తియ్యడానికి ప్రయత్నించాను.

"నేను డ్రైవ్ చేస్తాను!" అని వినిపించింది వెనకాల నుంచి. ఫ్రీజ్ అయిపోయాను. ఆ గొంతు నిద్ర లో కూడా గుర్తుపట్టగలను.

"ఆశ్రిత్!" అని వెనక్కి తిరిగాను.

ఎదురుగా నిలబడి ఉన్నారు. తనని చూడగానే నా కళ్ళలో తడి. గొంతులో ఏదో అడ్డు పడినట్టయ్యింది. మాట రాలేదు బయటకి. కళ్ళలో నీళ్ళు ధారలాగా కారుతున్నాయి ఏదో ఆనకట్ట తెగినట్టు.

"పాప లేస్తుంది కార్ కీస్ ఇటివ్వు" అన్నారు మళ్ళీ తనే.

తనకి కీస్ అందించాను మౌనంగా కళ్ళు తుడుచుకుంటూ.

నా దగ్గరికి వచ్చి డోర్ తీసిపట్టుకున్నారు. నేను వెద తో పాటు కూర్చున్నాక నా చీర కుచ్చిళ్ళు లోపలికి తోసి డోర్ క్లోజ్ చేసి వెళ్ళి డ్రైవింగ్ సీటు లో కూర్చున్నారు.

తను నా మీద కోపంగా ఉన్నా జెంటిల్మన్ లాగే ప్రవర్తిస్తున్నారు. కారు అపార్ట్మెంట్ వైపు పోనిచ్చారు నేను చెప్పకుండానే.

నన్ను తిట్టినా బాగుండు, తన మౌనం నన్ను ఇంకా గిల్టీ గా ఫీల్ అయ్యేటట్టు చేస్తుంది. బేస్మెంట్ లో నా కారు పార్కింగ్ చూపించాను. కారు పార్క్ చేసి నా వైపు వచ్చి నాకు డోర్ ఓపెన్ చేసారు.

వేదని అలాగే ఎత్తుకుని దిగాను. "ఇంటికి రండి ఆశ్రిత్!" పిలిచాను.

సరే అన్నట్టు తల ఊపి నన్ను ఫాలో అయ్యారు లిఫ్ట్ లోకి. లిఫ్ట్ లో తన కళ్ళు పూర్తిగా వేద మీద ఉన్నాయి. అపార్ట్మెంట్ డోర్ లాక్ తీసి లోపలికి రమ్మని పక్కకి తప్పుకున్నాను.

"వేద కి డ్రెస్ చేంజ్ చేసి పడుకోబెట్టు!" అన్నారు లోపలి వస్తూ.

వేద ని తీసుకుని బెడ్రూమ్ లోకి వెళ్ళాను. తన డ్రెస్, షూస్ తీసి నైట్ డ్రెస్ వేసి దుప్పటి కప్పి బైటకి వచ్చాను.

ఆశ్రిత్ కిచెన్ లో ఉన్నారు ప్లాట్ఫారం దగ్గర అటువైపు తిరిగి నిలబడి.

నాలుగేళ్ళు గా తెచ్చుకున్న ధైర్యం అంతా కరిగి కన్నీరైపోయింది. అలాగే వెళ్ళి ఆశ్రిత్ నడుం చుట్టూ చేతులు వేసి కౌగిలించుకున్నాను వెనుక నుంచి.

Chapter - 49

ఆశ్రిత

తన్వి, వేద ని తీసుకుని బెడ్రూమ్ లోకి వెళ్ళింది. వాళ్ళిద్దరినీ ఫాలో అవ్వకుండా నన్ను నేను ఆపుకోవడానికి చాలా కష్టపడ్డాను. కొద్ది గంటల క్రితం తన్వి మీద ఉప్పెనలా వచ్చిన కోపం ఇప్పుడు లేదు. ఇన్నాళ్ళ నుంచీ రెస్ట్లెస్ గా ఉన్న మనసు ఇప్పుడు నెమ్మదించింది.

లేచి కిచెన్ లోకి వెళ్ళాను కాఫీ పెట్టుకుందామని.

పాలు పొయ్యి మీద పెడుతుంటే తన్వి వచ్చి హత్తుకుంది హఠాత్తుగా వెనకనించి. కొన్ని క్షణాల తరువాత తన కన్నీరు వెచ్చగా తాకింది నా వీపుని.

అలాగే ఉన్నాను ఒక ఐదు నిమిషాలు. తన్ని కొంచెం శాంతించాకా తన వైపుకి తిరిగి తన చుట్టూ నా చేతులు వేసి హత్తుకున్నాను.

"నీ డిజైన్ కంపెనీ ఓపెన్ చేసావా?"

అవునన్నట్టు తల ఊపింది నా గుండెల్లో.

"ఎప్పుడు?"

"పోయిన సంవత్సరం"

"కంగ్రాట్యులేషన్స్!"

"థాంక్ యు!"

"మరి ఎందుకు రాలేదు నా దగ్గరికి?"

"నేను ప్రెగ్నెంట్ అని తెలిసిన వెంటనే వచ్చేద్దాం అనుకున్నాను మీ దగ్గరికి. కానీ ప్రేమ, పెళ్ళి వద్దనుకున్న మీరు ఈ కారణంగా బలవంతంగా మీ మనసు మార్చుకుంటారేమో అని భయపడ్డాను. మీరు నన్ను ప్రేమించి మీ జీవితం లోకి ఆహ్వానించాలి కానీ మన మధ్య వేద ఉందని కాదు."

"నువ్వు వెళ్ళక ముందే నీ మీద నాకున్నది ప్రేమ అని తెలుసుకున్నాను. చెప్పలేకపోయాను అంతే! నువ్వు నాకు టైమ్ ఇస్తే కదా తన్వీ? ఆరోజు అడిగాను కదా తన్వీ నీకు అభ్యంతరం ఉంటే ఇప్పుడే చెప్పు అని. ఆ ఒక్కటీ మన మధ్య జరగకపోయి ఉంటే నువ్వు నా దగ్గరే ఉండేదానివి కదా?"

"అది మన మధ్య మనిద్దరి సమ్మతంతోనే జరిగింది. ఆ క్షణం మీరు నన్ను ఎంత కావాలని కోరుకున్నారో నేను కూడా మిమ్మల్ని అంత కావాలని కోరుకున్నాను. దానికి నేను ఎప్పుడూ బాధ పడను. మీ దగ్గర నుంచి వెళ్ళిపోయేటప్పుడు నేను నా కంపెనీ ఓపెన్ చేసిన మరుక్షణమే మీ దగ్గరకు వచ్చేయాలి అనుకున్నాను. ఈ మధ్యలో మీకు నా మీద ప్రేమ పుడుతుంది అనుకున్నాను."

"జరిగిన దాన్లో ఇద్దరి తప్పూ ఉంది. మన మధ్య ఏముందో తెలుసుకుందాం అన్నప్పుడు ఐ షుడ్ హావ్ టేకన్ ఇట్ స్లో. నీకు కొంచెం స్పేస్ ఇవ్వాల్సింది. నీకు

మరీ ఊపిరాడకుండా చెయ్యడం నా తప్పు. వేద గురించి నీకు తెలిసిన మరుక్షణమే నాకు చెప్పకుండా దాచావు. నాలుగేళ్ళ విలువైన జ్ఞాపకాలు నాకు దూరం చేసావు. ఏం చేస్తే వెనక్కి వస్తాయి తన్వి ఈ నాలుగేళ్ళు?" కొంచెం దూరం జరిగి రెండు చేతుల్తో తన్వి భుజాల్ని పట్టుకుని అడిగాను తన కళ్ళలోకి చూస్తూ కొంచెం బాధగా, కొంచెం కోపంగా.

"ఐ యాం సారీ ఆశ్రిత్! నేను తప్పు చేసాను" అంది నా కళ్ళలోకి చూసి.

నా ఫోన్ లోని డిజిటల్ డైరీ ఓపెన్ చేసి చూపించాను తనకు రాసిన నా మొదటి ప్రేమలేఖ.

నా చేతిలోంచి ఫోన్ తీసుకొని చదివింది. "నువ్వు లేకుండా ఒక్క క్షణం కూడా ఉండలేనని ఫీల్ అయ్యాను అప్పుడే. నాకు నాలుగేళ్ళు ఆ బాధనిచ్చావు ఎలా పనిష్ చెయ్యను నిన్ను?" అడిగాను మళ్ళీ తనని కౌగలించుకుని.

"మీ ఇష్టం!" అంది చిరునవ్వుతో.

"అది తరువాత చూద్దాం. ఇప్పుడు వేద ని చూడొచ్చా?"

నా చేయి పట్టుకుని బెడ్రూమ్ లోకి తీసుకెళ్ళింది.

బెడ్ లైట్ వెలుగు లో డిమ్ గా ఉంది రూమ్ అంతా. వేద అమాయకంగా నిద్ర పోతుంది. బెడ్ దగ్గరకు వెళ్ళి తన పక్కన కూర్చున్నాను బెడ్ మీద. తన్వి రంగు వచ్చింది వేద కి. తెల్లగా బొమ్మలాగా ఉంది. నా వేలితో బుగ్గ మీద లైట్ గా నిమిరాను.

నిద్రలోనే చిన్నగా స్మైల్ ఇచ్చింది. ఆగలేక నుదుటిపై ముద్దు పెట్టుకున్నాను సున్నితంగా.

Chapter - 50

ఆశ్రిత్

వేద ని ఎంత సేపు చూసినా తనివి తీరలేదు. డిస్టర్బ్ అవుతుందేమో అని లేచి నిలబడి తన్వి వైపు చూసాను ఇంక వెళదాము అన్నట్టు. ఇద్దరం నిమ్మదిగా బయటకి వచ్చి తలుపు దగ్గరికి వేసాము.

"ఇప్పుడే వస్తాను ఆశ్రిత్" అని వేరే బెడ్రూమ్ లోకి వెళ్ళింది తన్వి.

డార్క్ గ్రీన్ కలర్ హ్యాండ్లూమ్ చీర కట్టుకుని దానిమీద బ్లాక్ స్లీవ్లెస్ బ్లౌజ్ వేసుకుంది. తన జుట్టు ముడి పెట్టుకుంది. సింపుల్ జెవెలెరీ, సింపుల్ మేకప్. అప్పుడెలా ఉండేదో ఇప్పుడు కూడా అంతే అందంగా ఉంది. కాకపోతే ఇప్పుడు కొంచెం పెద్దరికం కనిపిస్తుంది తన బాడీ లాంగ్వేజ్ లో.

తిరిగి హాల్లోకి వచ్చినప్పుడు తన చేతిలో హార్డ్ డిస్క్ ఉంది. దాన్ని టీవీ కి కనెక్ట్ చేసింది నన్ను ఎదురుగా కూర్చోమని.

లైట్స్ డిమ్ చేసి టీవీ ఆన్ చేసింది. వీడియోస్ ఫోల్డర్ కి వెళ్ళి మొదటి వీడియో మీద ఫోకస్ చేసి నా చేతికి రిమోట్ ఇచ్చింది.

"చూస్తూ ఉండండి నేను కాఫీ తెస్తాను" అని కిచెన్ లోకి వెళ్ళింది.

సోఫా లో రిలాక్స్ అయి వీడియో ప్లే చేసాను. స్క్రీన్ మీద తన్వి సెల్ఫీ వీడియో.

"ఆశ్రిత్ ఇది మీకు ఎలా చెప్పాలో తెలియట్లేదు. నాకు తెలిసి రెండు రోజులయ్యింది. మీ గుర్తుగా నా కడుపులో ఒక చిన్న బాబో, పాపో పెరుగుతుంది. ఈ రెండు రోజులు ఏదో తెలియని గందరగోళం మనసంతా. కానీ నా లైఫ్ ఛాయిసెస్ కి టబీ ఎఫెక్ట్ అవ్వకూడదు. అందుకే మీ తీపి గుర్తుని హ్యాపీ గా ఈ లోకం లోకి ఆహ్వానిద్దామని నిర్ణయించుకున్నాను. ఇదిగో టెస్ట్

రిసల్ట్!" అని హోమ్ ప్రెగ్నన్సీ డివైస్ పైకి చూపించింది కెమెరాలో.

తరువాతి వీడియో ఆటోమాటిక్ గా ప్లే అయ్యింది.

"ఈ రోజు డాక్టర్ దగ్గరికి వెళ్ళి నప్పుడు టేబీ గుండె చప్పుడు విన్నాను. నా ఫోన్ లో రికార్డు చేసుకుని మీకు ఫోన్ చేసి వినిపించాను. కానీ మీరు లైన్ లో ఏదో డిస్టర్బన్స్ అనుకున్నారేమో కట్ చేసారు కాల్. ఇదిగో ఇప్పుడు వినండి" అని ప్లే చేసింది.

నా కళ్ళలో సన్నగా తడి ఆ గుండె చప్పుడు వింటుంటే.

"ఇప్పుడు ఐదో నెల. ఈరోజు చెకప్ లో టేబీ ఆరోగ్యంగా ఉందని చెప్పింది డాక్టర్. ఇదిగో స్కాన్ రిపోర్ట్. ఆకలి బాగా వేస్తుంది ఆశ్రిత్! మీ చేతి చికెన్ తినాలని ఉంది." అంది జాలిగా మొఖం పెట్టి తరువాతి వీడియో లో.

అప్పుడే తట్టింది. సరిగ్గా అదే టైం లో అక్క కూడా ప్రెగ్నెంట్. తనని చూసుకోవడానికి మేమందరం

ఉన్నాం. కానీ తన్వి ఒక్కతే ఇవన్నీ మేనేజ్ చేసుకుంది. ఆలోచనతో గుండె తరువెక్కింది.

తరువాతి వీడియో లో తన ప్రెగ్నన్సీ లుక్ ఫొటోస్, టెబీ స్కాన్ రిపోర్ట్స్ అన్నీ వీడియో లాగా కంపోజ్ చేసింది.

ఈసారి వీడియో లో కొంచెం తరువుగా కనిపించింది. మొఖం బొద్దుగా, ముద్దుగా ఉంది తన్విది. "నిద్ర పోలేకపోతున్నాను, కూర్చోలేకపోతున్నాను. చూడండి ఎలా తన్నుతుందో" అని తన పొట్ట మీద ఫోకస్ చేసింది కెమెరా. తన పొట్ట మీద చిన్నగా ఏదో కదలిక తెలుస్తుంది.

తరువాత వీడియో లో తన్వి సోఫా లో కూర్చుని కాళ్ళు టేబుల్ మీద పెట్టుకుంది. చేతిలో ప్లేట్ నిండా చికెన్ ఫ్రై ఉంది. మీకు ఒక తమాషా చూపించనా?" అని ప్లేటు పొట్టమీద పెట్టుకుంది. కింద నుంచి ఎవరో తంతునట్టు ప్లేటు ఎగిరింది కొంచెం పైకి. ప్లేటు లో ముక్కలు కూడా కదిలాయి. తన్వి నవ్వేసింది గట్టిగా.

"మీరు బాడ్మింటన్ ప్లేయర్ మీ టేబీ ఫుట్బాల్ ప్లేయర్" అని. నేను కూడా నవ్వుకున్నాను అది చూసి.

"ఈ చికెన్ మీరు చేసిందే. ఈరోజు మీరు బెంగుళూరు లో 'సీఈఓస్ కిచెన్' టీవీ షో లో పార్టిసిపేట్ చేసారు కదా. స్టూడియో కెమెరామెన్ కి లంచం ఇచ్చి సంపాదించాను." అంది చికెన్ తింటూ.

వీడియో అయ్యేసరికి తన్వి కాఫీ నా చేతిలో పెట్టి పక్కన కూర్చుంది సోఫా లో.

Chapter - 51

ఆశ్రిత్

తరువాతి వీడియో స్టార్ట్ అయ్యింది. తన్వి స్క్రీన్ మీదకి వచ్చింది. "ఇప్పుడు తొమ్మిదో నెల. మీరు చూడబోయే వీడియో కొంచెం నాటి థాట్" సిగ్గుపడింది చెప్తూ. "నేనూ, అంకిత కలిసి ఏవో తిప్పలు పడ్డాము షూట్ చెయ్యడానికి."

వీడియో స్టార్ట్ అయ్యింది. తన్వి నేకెడ్ షూట్ కానీ చాలా ఆర్టిస్టిక్ గా తన బాడీ ని కవర్ చేసి పొట్ట భాగం మాత్రమే ఎక్స్పోజ్ అయ్యేలా తీసారు. నా ఫేవరెట్ టాటూ కూడా కనిపించింది దానిలో. ఒక్కసారిగా జ్ఞాపకాలు అన్నీ అలల్లాగా తాకాయి.

నా పక్కన సోఫా లో ఉన్న తన్వి చేయి నా చేతిలోకి తీసుకున్నాను.

మళ్ళీ తన్వి స్క్రీన్ మీదకు వచ్చింది. "నెక్స్ట్ వీక్ డెలివరీ డేట్ ఇచ్చారు. ఈసారి టబీ తో కనిపిస్తాను ఆశ్రిత్!" అని షార్ట్ మెసేజ్ తో ఎండ్ చేసింది.

తరువాతి వీడియో లో తన్వి హాస్పిటల్ రూమ్ లో ఉంది. "ఆగష్టు ఫిఫ్త్ ఈరోజు. పొద్దున్నే అడ్మిట్ అయ్యాను హాస్పిటల్ లో. ఈరోజు డెలివరీ అయితే బాగుండు."

నేను వీడియో పాజ్ చేసి తన్వి మొఖంలోకి చూసాను అవునా అన్నట్టు.

తను నా భుజం మీద తల వాల్చి నా చేతిలోని రిమోట్ తీసుకుని ప్లే బటన్ నొక్కింది.

వీడియో లో నర్సులు అందరూ హడావిడిగా తిరుగుతున్నారు. తన్వి బెడ్ మీద పడుకుని పక్కకి చూస్తుంది. పక్కనుండి మాటలు వినిపిస్తున్నాయి.

"బేబీ ఆఫ్ తన్వి, 3.5 కేజీ, బోర్న్ ఆన్ ఫిఫ్త్ ఆగష్టు ఎట్ నైన్ పిఎమ్, జెండర్ ఫిమేల్" అని.

వెంటనే ఒక నర్సు టబీ ని తీసుకొచ్చి తన్వి పక్కనే పడుకోబెట్టింది. పాప బొమ్మలాగా ఉంది. తన్వి ని పాప ని ఫోకస్ చేసారు వీడియో లో. తన్వి కళ్ళలో నీళ్ళు కానీ పెదవులపై చిరునవ్వు "హ్యాపీ బర్త్ డే ఆశ్రిత్! మనకి పాప పుట్టింది." అంది కెమెరా లోకి పాపని చూపిస్తూ.

వీడియో పాజ్ చేసింది తన్వి అలాగే నా భుజం మీద తలవాల్చి. నేను ఏమీ మాట్లాడలేని పరిస్థితిలో ఉన్నాను. నా లోపల ఉన్నది ఆనందమో, ఆవేదనో కూడా తెలియట్లేదు. ఈరోజు పొద్దున్నవరకూ నేను ఒక్కడినే. ఈ కొద్దిగంటల్లోనే నా లైఫ్ లోకి ఒక చిన్ని పాప నా తన్వి తో సహా. వేద కూడా నేను పుట్టిన రోజే పుట్టింది.

నాకూ వేద కి మధ్య సంబంధానికి ఒక పేరు ఉంది. మరి నాకూ తన్వి కి? సోఫా లో వెనక్కి జారిపడి కళ్ళు మూసుకున్నాను.

అలా ఎంత సేపు ఉన్నామో ఇద్దరం! బెడ్రూమ్ లో నుంచి వేద "అమ్మా!" అని పిలిచింది.

తన్వి లేచి "వస్తున్నా వేదా!" అని డైనింగ్ టేబుల్ మీద ఉన్న వాటర్ బాటిల్ పట్టుకుని వెళ్ళింది.

వాళ్ళిద్దరి మాటలు స్పష్టంగా వినిపించటల్లేదు కానీ ఏదో మాట్లాడుకుంటున్నట్టు తెలుస్తుంది.

నేను లేచి పక్క బెడ్రూమ్ లోని బాత్రూం లోకి వెళ్ళి ఫ్రెష్ అయ్యాను. తిరిగి వచ్చేసరికి తన్వి ఇంకా బయటికి రాలేదు. ఈసారి బెడ్రూమ్ తలుపు వేసి ఉంది. నిద్ర పుచ్చుతుందేమో వేద ని.

నేను రిమోట్ తీసుకుని వీడియో ప్లే చేసాను.

"ఈ వారం లో రాత్రి ఒక గంట కూడా నిద్ర పోలేదు. మేమిద్దరం రాత్రి ఆడుకుంటాం, పగలు నిద్రపోతాం" అంది నవ్వుతూ కానీ అలసట కనిపిస్తుంది తన్వి మొఖం లో. వేద తన్వి ఒడిలో ఆడుకుంటుంది తన చేతులు నోట్లో పెట్టుకోవడానికి ప్రయత్నిస్తూ.

వేద ప్రతీ మూమెంట్ రికార్డు చేసింది తన్వి. తను పాలు తాగడం, స్నానం చెయ్యడం, పడుకోవడం, నవ్వడం, ఏడవడం, బోర్లా పడటం, పాకటం, నిలబడటం, నడవటం. వాళ్ళిద్దరినీ ఆ వీడియోస్ లో చూస్తుంటే ఆ మధ్యలో నేను లేను అని అసూయగా అనిపించింది.

తన్వి వచ్చి పక్కనే కూర్చుంది మళ్ళీ. "నిద్ర పోయిందా?" అని అడిగాను. అవునన్నట్టు తల ఊపింది.

"అమ్మా!" అని మళ్ళీ వినిపించింది వేద గొంతు ఈసారి టీవీ లో. అంత స్పష్టం గా లేదు. "మళ్ళీ అను అమ్మా అని!" అని తన్వి రిపీట్ చేయిస్తుంది వేద చేత. ఇంకో రెండు సార్లు రిపీట్ చేసి పాక్కుంటూ వెళ్ళిపోయింది.

"ఈరోజు జూన్ టెన్త్! వేద నన్ను మొదటి సారి అమ్మా అని పిలిచింది." అని కెమెరా ఆఫ్ చేసింది తన్వి.

నెక్స్ట్ సీన్ లో వేద చేతిలో ట్యాబ్ ఉంది. తన చేతులతో స్క్రీన్ మీద తడుతుంది. "ఎవరు వేద అది?" అని తన్వి అడిగింది. వేద కెమెరా వంక చూసి పెద్ద స్మైల్ ఇచ్చి "నాన్న!" అంది.

"మళ్ళీ చెప్పు ఎవరు?" రెట్టించింది తన్వి. "నాన్నన్నన్న" అని తన చేత్తో స్క్రీన్ మీద కొడుతుంది తన్వి.

"నేను తెలుసా?" ఆశ్చర్యంగా అడిగాను తన్వి వంక చూసి.

నవ్వింది "వేద కి పుట్టిన మొదటి రోజు నుంచీ మీరు తెలుసు. మీరు లేని నిమిషమే లేదు మా జీవితంలో"

టీవీ ఆఫ్ చేసి లేచి నిలబడ్డాను వెంటనే. తన్వి కంగారుగా చూసింది నా వైపు.

"నా కూతురి ప్రపంచంలో నన్ను నేను ఎలా పరిచయం చేసుకోవాలి అని మధన పడుతున్నాను.

పొద్దున్నే వస్తాను తన్వి. ఐ హావ్ టు బి ఫ్రెష్ వెన్ ఐ మీట్ హార్!"

లేచి హార్డ్ డిస్క్ తీసుకున్నాను "ఇది నా ప్రాపర్టీ ఇప్పుడు!" అని. టేబుల్ మీద ఉన్న తన మొబైల్ తీసుకుని నా మొబైల్ కి రింగ్ ఇచ్చాను.

వెళ్తూ తన్వి దగ్గర ఆగి "డోంట్ యు డేర్ టు రన్ అవే ఫ్రొమ్ మి తన్వి!" అన్నాను కొంచెం సీరియస్ గానే. తను తల అడ్డంగా ఊపింది.

తన్వి కారు వేసుకుని ఇంటికి వచ్చాను. టైమ్ మూడయ్యింది.

"వేద ఎన్ని గంటలకు నిద్ర లేస్తుంది?" మెసేజ్ చేసాను తన్వి మొబైల్ కి.

"ఆరున్నర ఆశ్రిత్!" రిప్లై ఇచ్చింది వెంటనే.

"తన ఫేవరెట్ బొమ్మ?"

"నాన్న వచ్చేటప్పుడు పెద్ద టెడ్డీ బేర్ తెస్తారు అని చెప్తాను ఎప్పుడూ"

"ఓకే! బై తన్వి. నిద్రపో కొంచెం సేపు"

పదిహేను నిమిషాల్లో స్నానం చేసి రెడీ అయ్యాను. కారు తీసుకుని ఎయిర్ పోర్ట్ కి వెళ్ళి అక్కడ బోర్డింగ్ కి రెడీ గా ఉన్న ఫ్లైట్ కి టికెట్ తీసుకుని ఎయిర్ పోర్ట్ లో సాఫ్ట్ టాయ్స్ షాప్ లో టెడ్డి బేర్ తీసుకుని ఇంకా కొన్ని చాకోలెట్స్, కుకీస్ తీసుకున్నాను. వాటితో తన్వి అపార్ట్మెంట్ కి వచ్చేసరికి సరిగ్గా ఏడు గంటలయ్యింది.

Chapter - 52

తన్వి

"నేను కింద ఉన్నాను తన్వి!" మెసేజ్ వచ్చింది ఆశ్రిత్ నుంచి.

"ఓకే! ఇందాకే నిద్ర లేచింది. పాలు తాగుతుంది." రిప్లై ఇచ్చాను.

ఆశ్రిత్ ఇంకా ఐదు నిమిషాల్లో మా ముందు ఉంటారు. నాకు కాళ్ళు చేతులు ఆడట్లేదు. వేద ఎలా రియాక్ట్ అవుతుందో.

తను టేబుల్ మీద పాలుతాగుతూ ట్యాబ్ లో ఆశ్రిత్ వీడియో బ్లాగ్ చూస్తుంది.

అనుకున్నట్టే ఐదు నిమిషాల్లో డోర్ బెల్ మోగింది. నేను కిచెన్ లో ఉన్నాను.

"వేద డోర్ ఓపెన్ చేస్తావా ప్లీజ్!" అడిగాను. డోర్ ఊరికే జారవేసాను. లాక్ చెయ్యలేదు.

"సరే అమ్మా!" అంది.

నేను కళ్ళు మూసుకుని వాళ్ళ రియాక్షన్ కోసం ఎదురుచూస్తున్నాను. నా గుండె శబ్దం నాకే వినిపిస్తుంది. ఈ పాటికి తలుపు తెరిచే ఉంటుంది. ఇంక ఆగలేక హాల్లోకి వచ్చాను. డోర్ ఇవతల వేద అవతల ఆశ్రిత్ చేతిలో టెడ్డి బేర్, ఇంకా ఏవో ప్యాకెట్స్ తో నిలబడి ఉన్నారు ఒకరి మొఖం లోకి ఒకరు చూసుకుంటూ.

నా అలికిడి కి నా వైపు చూసి పరిగెత్తుకుని వచ్చి నాకు చేతులిచ్చింది వేద ఎత్తుకోమని. ఎత్తుకున్నాను మౌనంగా. నా గుండెల్లో తల పెట్టుకుని ఏడ్చేసింది.

దాని చిన్న మనసు ఇంత షాక్ తట్టుకోలేకపోయింది. అది వాళ్ళ నాన్నను గుర్తుపట్టింది. వేద ని అలాగే పొదవి పట్టుకుని ఆశ్రిత్ వంక చూసాను.

తను లోపలి వచ్చి చేతిలోని వన్నీ సోఫా లో పెట్టారు. నెమ్మదిగా మా ఇద్దరి దగ్గరికీ వచ్చి మా ఇద్దరి చుట్టూ చేతులు వేసి కౌగిలించుకున్నారు.

కొంచెం సేపు తరువాత ఏడ్చెదల్లా ఆగిపోయి నా మొఖం లో కి చూసి ఏదో రహస్యం చెప్పున్నట్టు నా చెవి దగ్గర కొచ్చి "అమ్మ, నాన్న ఈస్ హ్యండ్సమ్!" అంది. ఆశ్రిత్, నేనూ గట్టిగా నవ్వేసాం.

"వేదా! నాన్న దగ్గరికి వస్తావా?" అడిగారు ఆశ్రిత్ నెమ్మదిగా. అది తల ఊపి వాళ్ళ నాన్న మెడ చుట్టూ చేతులు వేసి నా దగ్గర నుంచి అటు వెళ్ళిపోయింది. ఆశ్రిత్ భుజం మీద తల పెట్టుకుని, నడుం కి అటు ఇటు కాళ్ళు వేసి అతుక్కుపోయింది.

ఆశ్రిత్ వేదని అలాగే ఎత్తుకుని బాల్కనీ లోకి వెళ్ళారు. తను ఏమీ తిని ఉండరు అని బ్రేక్ ఫాస్ట్ చెయ్యడానికి కిచెన్ లోకి వెళ్ళాను. వాళ్ళిద్దరికీ కొంచెం టైమ్ ఇస్తే బాగుంటుంది.

ఇద్దరి మాటలూ వినిపిస్తున్నాయి బాల్కనీ నుంచి. ముందు ఒక ఐదు నిమిషాలు మాత్రమే ఆశ్రిత్ గొంతు వినిపించింది. ఇంక వేద మాటలు మొదలయ్యాయి. వస పిట్టలా ఏవో కబుర్లు చెప్తూనే ఉంది. అప్పుడప్పుడు ఆశ్రిత్ నవ్వులు వినిపిస్తున్నాయి. ఈ రోజు ఎలా ఉంటుందో అని

ఎన్ని సార్లు ఊహించుకోవడానికి ట్రై చేసానో! కాని ఇలా మాత్రం కాదు.

ఆశ్రిత్ కి బ్రెడ్ ఆమ్లెట్, ఆపిల్ జ్యూస్ చేసి బాల్కనీ లోకి తీసుకెళ్ళాను. "ఇక్కడే తినేస్తారా? డైనింగ్ టేబుల్ మీద పెట్టనా?" అడిగాను. ఆయన ఒళ్ళో కూర్చుంది వేద.

"లోపలకి వస్తాను" అని కిందకి దించారు వేదని. తను వచ్చి డైనింగ్ టేబుల్ మీద కూర్చున్నారు. వేద సోఫా లో ఉన్న టెడ్డి బేర్ దగ్గరికి వెళ్ళింది.

"నాన్నా ఇది నా కోసమేనా?" అడిగింది.

"అవును వేదా! నీ కోసమే" చెప్పారు ఆశ్రిత్.

వేద దానితో ఆటలో మునిగిపోయింది.

"నువ్వు తిన్నావా?" అడిగారు నన్ను.

"నేను తరువాత తింటాను. మీరు రాత్రి కూడా డిన్నర్ చేసి ఉండరు."

"వేద ఏం తింటుంది?"

"ఇందాకే పాలు తాగింది."

"కూర్చో ఇద్దరం షేర్ చేసుకుందాము." అని నా చేయి పట్టుకుని పక్క చైర్ లో కూర్చోమన్నారు.

"ఎక్కడ ఉంటున్నావు తన్వి?" అడిగారు బ్రేక్ ఫాస్ట్ తింటూ.

"బెంగళూరు!"

"ఇక్కడి నుంచి కొన్ని రోజులు వర్క్ చెయ్యగలుగుతావా? లేకపోతే నేను వస్తాను మీతో"

"నేను చెయ్యగలను. కానీ వేద కి స్కూల్ ఉంది."

"ఒకే!"

"ఈ సంవత్సరమే జాయిన్ అయ్యింది."

"ఒకే!"

"ఇక్కడే ఉండిపో తన్వీ, వేదని ఇక్కడ స్కూల్ లో జాయిన్ చేద్దాములే" అని అంటారనుకున్నాను. కానీ ఆశ్రిత్ మౌనంగా ఉండిపోయారు.

Chapter - 53

ఆశ్రిత్

ninnati నుంచి అన్ని కలలాగా అవుతున్నాయి. ఒక్క రోజులో ఇంత పెద్ద మార్పు షాక్ లాగ ఉంది.

"తన్వి, మీ ఇద్దరూ ఇక్కడే ఉండిపోండి! వేద ని శౌర్య స్కూల్ లో జాయిన్ చేద్దాం." అన్న మాటలు నోటివరకు వచ్చి ఆగిపోయాయి.

వాళ్ళిద్దరికీ బెంగులూరు లో ఒక లైఫ్ ఉంది. ఇలా నేను అడిగితే స్వార్థం అవుతుందేమో. తన కంపెనీ కూడా అక్కడే ఓపెన్ చేసింది తన్వి.

బ్రేక్ఫాస్ట్ అయ్యాక తన్వి కిచెన్ లోకి వెళ్ళింది. ఇంతలో తన ఫోన్ రింగ్ అయితే ఇచ్చేసి వచ్చి వేద దగ్గర కూర్చున్నాను.

"హాయ్ అంకిత!"

"ఈరోజు మీ ఇంటికి రావట్లేదు మేము... బెంగళూరు వెళ్ళట్లేదు... కొన్ని రోజులు ఉంటాము. ఏదో ఒకరోజు వస్తానులే."

...

"సరే! మళ్ళీ కాల్ చేస్తాను. బై!"

తన్వి ఫ్రెండ్ అంకిత కాల్ చేసినట్టుంది. ఇక్కడ కొద్ది రోజులు ఉండడానికి నిర్ణయించుకుందన్న మాట. గుడ్! నేను కూడా బ్రేక్ తీసుకుంటాను.

ఫోన్ తీసుకుని హాల్లోకి వచ్చింది తన్వి. "వేదా! నాన్నకి నీ కొత్త డ్రెస్ చూపించావా?" అడిగింది.

"లేదు అమ్మా! ఇప్పుడు చూపిస్తాను." అని నన్ను బెడ్రూమ్ లోకి తీసుకెళ్ళి తన డ్రెస్, టాయ్స్, తన్వి చిన్నప్పటి ఆల్బమ్స్ అన్నీ చూపించి ఏవో కథలు చెప్పింది. చిరునవ్వుతో విన్నాను ఆ ముద్దు మాటలని.

"నాన్నా! నువ్వు మాతోనే ఉంటావా?" హఠాత్తుగా అడిగింది.

"ఉండిపోతే నువ్వు హ్యాపీ ఆ?"

"చాలా!" అని వచ్చి నన్ను కౌగిలించుకుంది. తన చుట్టూ చేతులు వేసి హత్తుకున్నాను ఇంకా దగ్గరికి.

అప్పుడే అక్క నుంచి వీడియో కాల్ వచ్చింది. అది లిఫ్ట్ చేసేలోపు తన్వి రూంలోకి రావడం తో అక్కకి మా ఫ్యామిలీ ఫొటో కనిపించింది స్క్రిన్ లో.

కొంచెం సేపు అందరం సైలెంట్ అయిపోయాము. అక్క షాక్ లో ఉంది. కొద్ది క్షణాల తరువాత వరుణ్ వచ్చాడు స్క్రిన్ లోకి అక్క వెనకాల నుంచి. ముందుగా తనే తేరుకున్నాడు.

"హాయ్ తన్వి, చాలా రోజులయ్యింది నిన్ను చూసి. హా ఆర్ యు?" అని పలకరించాడు.

"నేను బాగున్నాను వరుణ్. మీరు ఎలా ఉన్నారు?"

అక్క చూపులు వేద మీదే ఉన్నాయి.

"హలో డాల్! వాట్ ఈస్ యువర్ నేమ్?" వరుణ్ అడిగాడు వేద ని.

"వేద ఆసిత్!" అంది నా గుండెల్లో తలదాచుకుంటూ.

"వావ్! క్యూట్ నేమ్!"

"ఆశ్రిత్ నువ్వు జిమ్ కి రాలేదని చెప్తే సౌమ్య కంగారుపడింది. ఇప్పుడు కొంచం షాక్ లో ఉంది. మేము మళ్ళీ కాల్ చేస్తాము" అన్నాడు నాతో.

"సరే! నేను కలుస్తాను అక్క." అని కాల్ కట్ చేసాను.

"అక్క షాక్ లో ఉంది. కొంచెం సేపు అయితే సర్దుకుంటుంది తన్వి!" అన్నాను వెనక్కి తిరిగి.

"నేను అర్థం చేసుకోగలను." అంది చిరునవ్వుతో.

ఇంతలోనే సాక్షి వీడియో కాల్ చేసింది. ఈరోజు వీళ్ళందరికీ పొద్దున్నే గుర్తు వచ్చాను అనుకుంటూ

కాల్ ఆన్సర్ చేసాను. ఈసారి వీడియో లో నేను, వేద కనిపించాము.

"నిన్న అంత పెద్ద న్యూస్ చెప్తే ఒక్క రిప్లై కూడా లేదు. ఇంతకీ ఈ పాప ఎవరు? ముద్దుగా ఉంది. తన్వి వచ్చింది సిటీ లోకి అని చెప్పాను. అసలు మెసేజ్ చూసుకున్నావా? ఎక్కడ ఉన్నావు?" సాక్షి ఆపకుండా ప్రశ్నలు వేస్తూనే ఉంది.

ఈసారి తన్వి నా చేతిలోని ఫోన్ తీసుకుని తను కూడా స్క్రిన్ లో కనిపించేటట్టు పట్టుకుంది.

"హాయ్ సాక్షి! ఆశ్రిత కలిసారు నిన్నె" పలకరించింది చిరునవ్వుతో.

"ఈ పాప వేద. మా అమ్మాయి!" అని వేద ని చూపించింది.

సాక్షి నోటికి చేయి అడ్డం పెట్టుకుంది కళ్ళింత చేసుకుని. నవ్వేసాం ఇద్దరం.

"నేను అప్పుడే అనుకున్నాను మీ ఇద్దరి మధ్యలో ఏదో ఉందని. కానీ ఇంత పెద్ద షాక్ ఇస్తారని అనుకోలేదు. ఓహ్ గాడ్! సౌమ్య కి తెలుసా?"

"ఇంతకు ముందే ఫోన్ చేసింది." చెప్పాను.

"హోయ్ వేద! క్యూటి పై, నేను సాక్షి, మీ నాన్న ఫ్రెండ్!" అంది వేద తో.

"హోయ్ నా పేరు వేద ఆసిత్!" అంది కాన్ఫిడెంట్ గా.

"ఓహ్ ఒకే!" అని నవ్వేసి, "ఆశ్రిత్ నేను వచ్చేవరకు ఎలాంటి ఈవెంట్స్ ప్లాన్ చేసుకోవద్దు ప్లీజ్" అంది నాతో.

"తన్వీ! నీతో వచ్చాక మాట్లాడుతాను" అంది కోపం నటిస్తూ.

Chapter - 54

తన్వి

సాక్షి ఫోన్ కట్ చేసాక నేను స్నానానికి వెళ్ళాను. వాళ్ళిద్దరూ ఏహో కబుర్లు చెప్పుకుంటున్నారు.

నేను హైదరాబాద్ నుంచి వర్క్ చేస్తానని టీమ్ కి తెలియపర్చాలి, భవాని ఆంటీ కి కూడా ఇప్పుడే రావట్లేదు అని చెప్పాలి, వేద స్కూల్ కి మెయిల్ పెట్టాలి అని నేను చెయ్యవలిసిన పనులు మెంటల్ గా లిస్ట్ చేసుకుంటూ స్నానం ముగించాను.

బయటకి వచ్చి కుర్తా లెగ్గింగ్స్ వేసుకుని రెడి అయ్యాను. ఆశ్రిత్ వచ్చినప్పటినుంచీ అదే డ్రెస్ లో ఉన్నారు. నా దగ్గర ఉన్న తన టీషర్ట్ తీసుకుని వాళ్ళిద్దరూ ఉన్న బెడ్రూమ్ లోకి వెళ్ళాను.

ఆశ్రిత్ బెడ్ హెడ్ బోర్డు కి ఆనుకుని కాళ్ళ చాపుకుని కూర్చున్నారు. వేద ఆయనని కొగలించుకుని అటు ఒక

కాలు ఇటోక కాలు వేసుకుని ఛాతీ మీద తల ఆన్చి ఉంది. ఆశ్రిత్ రెండు చేతులూ వేద చుట్టూ ఉన్నాయి. ఇద్దరూ గాఢ నిద్ర లో ఉన్నారు.

వెంటనే వెళ్ళి నా ఫోన్ తీసుకొచ్చి ఫొటో తీసాను. ఇది వాళ్ళిద్దరి మొదటి ఫొటో. ఎంత ముద్దుగా ఉన్నారో ఇద్దరూ.

"నన్ను క్షమించండి ఆశ్రిత్ మీ ఇద్దరినీ ఇన్నాళ్ళూ దూరం పెట్టాను నేను" అని నా మనసులోనే క్షమాపణ చెప్పుకున్నాను. లోపలికి వెలుగు రాకుండా కర్టైన్స్ వేసి, దగ్గరికి వెళ్ళి ఆశ్రిత్ నుదిటి మీద ముద్దు పెట్టుకుని తన మొఖం లోకి చూసాను. నాకు కూడా వాళ్ళిద్దరి పక్కన పడుకోవాలనిపించింది వెచ్చగా.

ఒక నిట్టూర్పు విడిచి మళ్ళీ ఆశ్రిత్ నుదిటి పై ఒక ముద్దిచ్చి వేద ని విడదీసి పక్కన పడుకోబెట్టాను. ఇంతలో ఆశ్రిత్ మేలుకున్నారు.

"కొంచెం రిలాక్స్ గా పడుకోండి. రాత్రంతా నిద్ర పోలేదు మీరు" అని పక్కకి వెళ్తుంటే నా జడ పట్టుకుని తన ఒళ్ళోకి లాక్కున్నారు.

"ఇప్పుడు ఇక్కడ ఒక ముద్దిచ్చి వెళ్ళు" అని తన పెదవులు చూపించారు.

"ఓ ఇందాక మెలుకువగానే ఉన్నారా?"

"అప్పుడే మెలకువ వచ్చింది. తొందరగా అడిగింది ఇచ్చెయ్యి. నిన్నటి నుంచి నీకు ఇంత దూరంగా ఉండటం ఎంత కష్టమయ్యిందో నీకేం తెలుసు!"

నవ్వేసి తన పెదవులపై చిన్నగా ఒక ముద్దు పెట్టాను.

"సరిపోలేదు! నేనే తీసుకుంటాను." అని దగ్గరకు తీసుకుని నా పెదవులందుకున్నారు తన పెదవులతో.

"నాన్నా నాకు ఐస్ క్రీం కావాలి!" అన్న వేద మాటలకు ఈ లోకం లోకి వచ్చాం.

కంగారుగా విడిపడి వేద వైపు చూసేసరికి తను నిద్ర లోనే కలవరిస్తుంది. నవ్వుకుని ఇద్దరం ఒకరి మొఖం లోకి ఒకరు చూసుకున్నాం.

ఆశ్రిత్ నన్ను తన గుండెలకి హత్తుకున్నారు. ఆ నిమిషం చాలా ప్రశాంతంగా అనిపించింది.

"ఆశ్రిత్! మేము మీతోనే ఉండిపోతాము ఇక్కడే. ఇలాగే మీ గుండెల్లో దాచుకోండి మమ్మల్ని" అడిగేసాను మొదట నేనే.

"పెళ్ళిచేసుకుందాం రేపే!" అని నా చుట్టూ తన చేతులు మరింత బిగించారు.

"సింపుల్ గానే చేసుకుందాం కాని మరి ఇంత సింపుల్ గా కాదు. నాకు మన పెళ్ళి జ్ఞాపకాలు కావాలి."

"ఒకే తన్వి నీ ఇష్టం. నాకు నువ్వు కావాలి అంతే!"

"ఇంక పడుకోండి! మీకు ఈ టీషర్ట్ ఇద్దామని వచ్చాను." అని పక్కనే ఉన్న టీషర్ట్ తీసి ఇచ్చాను.

"ఓహ్! ఇది ఇంకా దాచుకున్నావా?"

"మీరు కావాలనిపించినప్పుడు నాకు అదే మీ వెచ్చదనం ఇచ్చేది."

మధ్యాహ్నం లంచ్ అయ్యాక షాపింగ్ మాల్ కి వెళ్ళాం. వేద కి డ్రెస్ కొన్నారు ఆశ్రిత్. తరువాత కొంచెం సేపు గేమ్స్ ఫ్లోర్ లో వేదని ఆడించి బైటే డిన్నర్ చేసి వచ్చాము.

ఒక్క నిమిషం కూడా వాళ్ళ నాన్నని వదిలిపెట్టలేదు వేద. నాకు ఏదో వెలితిగా అనిపించింది దాన్ని ఎత్తుకోకుండా, చేయి పట్టుకుని నడిపించకుండా.

ఇంటికి వచ్చాక ఆశ్రిత్ బాల్కనీ లో నిద్ర పుచ్చడానికి వేదని ఎత్తుకుని తిరుగుతున్నారు అటూ ఇటూ.

"నాన్నా! నాకు ఐస్ క్రీం కావాలి." అడిగింది నెమ్మదిగా.

"ఇందాక తిన్నాం కదా?" అన్నారు.

"నాకు ఇంకా కావాలి! ఫ్రిడ్జ్ లో ఉంది."

ఈలోపు నేను వెళ్ళి నుంచున్నాను వాళ్ళ పక్కకి. "ఇది స్లీప్ టైమ్! నో మోర్ ఐస్ క్రీమ్" అన్నాను స్ట్రిక్ట్ గా ముఖం పెట్టి.

"నాన్నా! నువ్వు చెప్పు అమ్మకి". తనకి అప్పుడే ఎవర్ని అడిగితే పని జరుగుతుందో తెలిసి పోయింది.

"ఎవరు చెప్పినా వినను!" అని లోపలికి వెళ్తుంటే నా జడ పట్టుకుని లాగింది.

ఆశ్రిత్ నవ్వేసారు గట్టిగా "అమ్మ జడ బాగుంటుంది కదా వేదా?" అని.

"నేను నా జుట్టు కట్ చేసుకుంటాను ఆశ్రిత్!" అన్నాను హెల్ప్ లెస్ గా మొఖం పెట్టి.

"వద్దు!" అన్నారు ఇద్దరూ ఒకటేసారి.

Chapter - 55

తన్వి

ఈరోజు పొద్దున్నే ఆశ్రిత్, వేద వెళ్ళి షాడో ని తీసుకొచ్చారు. నేను ఆశ్రిత్ ఇంటికి మా పెళ్ళి అయ్యాక వస్తానని చెప్పాను.

బ్రేక్ ఫాస్ట్ అయ్యాక నా ఆఫీస్ వర్క్ మొదలుపెట్టాను. వేద, ఆశ్రిత్ హాల్లో షాడో తో ఆడుకుంటున్నారు.

మధ్యాహ్నం పన్నెండు అవుతుండగా సౌమ్య వచ్చింది వాళ్ళ అత్తగారిని, శౌర్య ని తీసుకుని. తలుపు తియ్యగానే లోపలి రమ్మని హగ్ చేసుకున్నాను.

"ఇప్పుడు హగ్ చేసుకున్నది ఫ్రెండ్ సౌమ్య అనుకో. నా మేనకోడల్ని ఇన్ని రోజులు దూరం పెట్టినందుకు పనిష్మెంట్ ఉంటుంది నీకు!" అంది కోపం నటిస్తూ.

"అలాగే! మీ ఇష్టం" అన్నాను శౌర్య ని ఎత్తుకుని.

"మా అత్తయ్య!" అని పరిచయం చేసింది.

"నమస్తే ఆంటీ!" అని ఆవిడని పలకరించాను.

"నమస్తే అమ్మా! మా ఆశ్రిత్ ని ఫైనల్ గా మెడ పట్టుకుని వంచావు." అని నవ్వారు సోఫా లో కూర్చుంటూ.

"శౌర్యా! మామయ్య బాల్కనీ లో ఉన్నారు. వెళ్తావా?" అని కిందకి దించి బాల్కనీ వైపు చూపించాను.

తను అటు పరిగెత్తాడు. నేను సౌమ్య ని కూర్చోమని కిచెన్ లోకి వెళ్ళాను మంచి నీళ్ళు తీసుకుని రావడానికి. ఇంతలో ఆశ్రిత్ మాటలు వినిపించాయి హాల్లోంచి. అందరికీ నీళ్ళు ఇచ్చి నేను ఆశ్రిత్ పక్కన కూర్చున్నాను.

"నీ సెలక్షన్ బాగుంది ఆశ్రిత్! అరవింద, అమ్మాయిని చూస్తే చాలా సంతోషించేది." అన్నారు ఆంటీ.

ఆశ్రిత్ చిన్నగా నవ్వారు. నన్ను చూసి "అరవింద అంటే మా అమ్మ. ఆంటీ, అమ్మ బెస్ట్ ఫ్రెండ్స్" అని చెప్పారు.

పిల్లలిద్దరూ చేతులు పట్టుకుని లోపలి వచ్చారు. "మీరిద్దరూ అప్పుడే ఫ్రెండ్స్ అయిపోయారా?" అని సౌమ్య వేదని ఎత్తుకుంది.

"నేను నీకు అత్త అవుతాను. మీ నాన్న కి అక్క అవుతాను." అంది వేద తో.

"ఆశ్రిత్, నీ కూతురు అచ్చం అరవింద లాగే ఉంది." అన్నారు ఆంటీ.

"కదా అత్తయ్యా! నేను షాక్ అయ్యాను చూడగానే" అని సౌమ్య వేదని ఆవిడ దగ్గరికి తీసుకెళ్ళింది.

అందరికీ ఫుడ్ బైట నుంచి ఆర్డర్ చేసాము. సాయంత్రం వరకు టైమ్ ఎలా గడిచి పోయిందో తెలియలేదు. పిల్లలు ఇద్దరూ బాగా క్లోజ్ అయిపోయారు. ఇల్లంతా పరుగులు, వాళ్ళ మాటలతో టైమ్ ఎలా గడిచిపోయిందో తెలియలేదు. వేద సౌమ్య కి బాగా క్లోజ్ అయిపోయింది.

"వేదా నాతో మా ఇంటికి వస్తావా? శౌర్య తో ఆడుకోవచ్చు" అడిగింది సౌమ్య.

"అమ్మా! నేను అత్త తో వెళ్తాను" అని నాకు చెప్పింది.

"సౌమ్యా, మీకు ఇబ్బంది అవుతుందేమో!" అన్నాను.

"అప్పుడు తీసుకొచ్చి అప్పచెప్తాను. ఇప్పుడు ఇలా కూర్చోండి నువ్వూ, ఆశ్రిత్, కొంచెం మాట్లాడాలి మీ ఇద్దరితో" అంది.

ఆశ్రిత్ పిల్లలిద్దరికీ క్రేయాన్స్ ఇచ్చి బాల్కనీ లో కూర్చోబెట్టి వచ్చారు. సౌమ్య, షిలా ఆంటీ, ఆశ్రిత్, నేను కూర్చున్నాం హాల్లో.

"తన్వీ! మీ ఇద్దరికీ మీ భవిష్యత్తు గురించి మాట్లాడుకోవడానికి టైమ్ దొరికిందో లేదో. ఏ నిర్ణయం తీసుకున్నా వేద ని దృష్టిలో పెట్టుకుని తీసుకోండి. మాకైతే మీ ఇద్దరి పెళ్ళి చూడాలని ఉంది" అంది సౌమ్య మా ఇద్దరితో.

"అవును ఆశ్రిత్! ఏం నిర్ణయం తీసుకున్నా తొందరగా తీసుకోండి. నాకైతే మనింట్లో పెళ్ళి సందడి చూడాలని ఉంది" అన్నారు ఆంటీ.

ఆశ్రిత్ నాకళ్ళలోకి చూసి "తొందరలోనే మా నిర్ణయం చెప్తాను అక్కా" అన్నారు.

"అలాగే! నాకు భారిగా ఆడపడుచు కట్నం ఇవ్వాలి తన్వి" అని అంది సౌమ్య.

"అలాగే!" నవ్వేసాను నేను.

Chapter - 56

ఆశ్రిత్

అక్కవాళ్ళు వెళ్ళిపోయారు వేదని తీసుకుని. అక్క ఉద్దేశం మా ఇద్దరికీ టైమ్ దొరుకుతుంది మాట్లాడుకోవడానికి అని అనుకుంటా. అందుకే వేద ని తీసుకెళ్ళింది.

తన్వి బెంగగా మొఖం పెట్టింది వేద హ్యాపీ గా వెళ్ళిపోయినా. బాల్కనీ లో నుంచుంది రోడ్ వైపు చూస్తూ. వెళ్ళి తన భుజం చుట్టూ చేయి వేసాను.

"చూడండి ఎంత ఈజీ గా వెళ్ళిపోయిందో నన్ను వదిలేసి!" అంది కంప్లైంట్ చేస్తున్నట్టు.

"ఏది నువ్వు నన్ను వదిలేసి వెళ్ళినట్టా?" అడిగాను చిరునవ్వుతో.

"ఐ యాం సారీ!" అని నా భుజం మీద తల వాల్చింది.

"ఊరికే అన్నాను!" అని తల మీద ముద్దు పెట్టుకున్నాను.

"ఇందాక ఎందుకు చెప్పలేదు మనం పెళ్ళిచేసుందాం అనుకున్నామని?" అడిగింది కళ్ళు పైకెత్తి నన్ను చూసి.

"మనకి క్లారిటీ వచ్చాకా చెబుదాం అందరికీ! రా, లోపలికి"

ఇద్దరం కలిసి ఇల్లు సర్ది, ఫ్రెష్ అయ్యాం. అక్క ఇంటికి చేరుకున్నాం అని ఫోన్ చేసింది. తన్వి వేద లో మాట్లాడింది. అత్త ని విసిగించకు అని జాగ్రత్తలు చెప్పింది.

తను గాభరాగా తిరుగుతుంది ఇల్లంతా ఏ పని లేకపోయినా కల్పించుకుని. దగ్గరికి వెళ్ళి రెండు చేతుల్లోకీ ఎత్తుకుని బెడ్రూమ్ లోకి తీసుకెళ్ళి పడుకోబెట్టాను.

"ఎందుకు తన్వీ ఈ తడబాటు. నా దగ్గర నువ్వు ఫ్రీగా ఉండు." అని పక్కన చేరాను.

వెల్లకిలా పడుకున్న నా ఛాతీ మీద తల పెట్టి నా నడుం చుట్టూ చేయి వేసింది.

నా చేయి తన భుజం చుట్టూ వేసి దగ్గరకు తీసుకున్నాను.

"వేదని ఇక్కడ శౌర్య స్కూల్ లో జాయిన్ చేద్దాం. కాని నీ కంపెనీ ఎలా అని ఆలోచిస్తున్నాను."

"నా కంపెనీ హైదరాబాద్ కి షిఫ్ట్ చేసేస్తాను. మేము ఐదుగురే ప్రస్తుతానికి. అందులో ముగ్గురు హైదరాబాద్ వాళ్ళే. మిగతా ఇద్దరికీ రిమోట్ ఆప్షన్ ఇస్తాను."

"నిజంగానా? నా వల్ల నీ సెటప్ ఏమన్నా డిస్టర్బ్ అవుతుందేమో అనుకుని కంగారు పడుతున్నాను."

"లేదు! ఇప్పటికే మీరు నావల్ల చాలా డిస్టర్బ్ అయ్యారు." అంది నా ఛాతీ మీద తన గెడ్డం పెట్టి నా మొఖం లోకి చూస్తూ.

"వెరీ గుడ్! ఇప్పుడు చెప్పు మన పెళ్ళి ఎప్పుడు, ఎక్కడ చేసుకుందామో. నీకు పది రోజులే టైమ్. నచ్చినట్టు ప్లాన్ చేసుకో."

"ఎందుకు పదిరోజులే? మీరెట్టైనా వెళ్తున్నారా ఆ తరువాత?"

"నువ్విలా చమ్ చమ్ లా నా ఎదురుగా తిరుగుతుంటే పది రోజులకంటే ఎక్కువ దూరంగా ఉండలేను."

నవ్వేసి లేచి మరం వేసుకుని కూర్చుంది.

"మన పెళ్ళి ఫార్మ్ హౌస్ లో చేసుకుందాం. నా తరపు నుంచి మా అన్నయ్య, వదిన, అంకిత అంతే. సింపుల్ గా చేసుకుందాం కాని అన్ని ఈవెంట్స్ కావాలి, పసుపు కొట్టడం, పెళ్ళి కూతురుని చెయ్యడం...అన్నీ!" ఉత్సాహంగా చెప్పింది.

"సరే ఆ లిస్ట్ లో ఫస్ట్ నైట్ ఒక్కటే నాకు కావాల్సింది!" అన్నాను.

తన్వి సిగ్గుపడి మళ్ళీ ఇంతకు ముందులాగే నా చుట్టూ చేయి వేసి ఛాతీ మీద తలపెట్టి పడుకుంది.

"నీ మొఖం లో ఈ ఎరుపు మిస్ అయ్యాను తన్వీ!" తన చుట్టూ నా చేతులు వేసాను.

మరునాడు అక్క ఇంటికి వెళ్ళి వేద ని తీసుకొచ్చాము ఇద్దరం. అప్పుడే మా నిర్ణయం చెప్పాము. మేము ఇంకా ఇంటికి రాక ముందే అక్క ఫోన్ చేసి చెప్పింది. పెళ్ళి ముహూర్తం ఆగస్టు ఫిఫ్త్ గాని టెన్త్ గాని వచ్చింది అని. మేము ఫిఫ్త్ సెలెక్ట్ చేసుకున్నాము. ఇంకా పన్నెండు రోజులుంది ముహూర్తం.

Chapter - 57

తన్వి & ఆశ్రిత్

అన్నయ్య, వదినలకి కాల్ చేసి చెప్పాము విషయం. అన్నయ్యతో ఆశ్రిత్ మాట్లాడారు. వదినని ముందు పంపిస్తాను. తను మాత్రం పెళ్ళికి ఒకరోజు ముందు మాత్రమే రాగలనని చెప్పాడు అన్నయ్య.

వేద కి శౌర్య స్కూల్ లో సీట్ తీసుకున్నాము. నా అపార్ట్మెంట్ నా ఆఫీస్ లా వాడుకుందామని నిర్ణయించుకున్నాము. సాక్షి వచ్చేసింది అమెరికా నుంచి. అంకిత, సాక్షి, సౌమ్య, నేను మా పెళ్ళి షాపింగ్ చెయ్యడం మొదలు పెట్టాము. ఆశ్రిత్, వరుణ్ వెళ్ళే వాళ్ళు ఆశ్రిత్ షాపింగ్ కోసం. షిలా ఆంటీకి పిల్లలిద్దరితో ఇంట్లో కాలక్షేపం.

పెళ్ళికి ఐదు రోజుల ముందు ఫార్మ్ హౌస్ చేరుకున్నాము. వెంకటేష్ వాళ్ళు అందరూ

ఆప్యాయంగా పలకరించారు వచ్చి. షిలా ఆంటి పెళ్ళి వరకు మేము వేరు వేరు ఇళ్ళలో ఉంటేనే బాగుంటుంది అని అంటే అంకిత, నేను, వదిన, వేద, ఆంటి వచ్చి పెంట్హౌస్ లో సర్దుకున్నాము.

ఆశ్రిత్ నా తరువాత పెంట్హౌస్ ఎవ్వరికీ ఇవ్వలేదంట. మంజుల చెప్పింది. నేను చాలా అదృష్టం చేసుకున్నానేమో ఏదో జన్మలో, ఆశ్రిత్ నన్ను ఇంతగా ప్రేమించారు అనిపించింది.

ఆశ్రిత్ పిల్లలు ఇద్దరినీ కింగ్ మీద తిప్పారు ఫార్మ్ లో. వాళ్ళని పాండ్ దగ్గరకు తీసుకెళ్ళి ఆడించారు. వేద బాగా దగ్గరైపోయింది తనకు. అప్పుడప్పుడు వాళ్ళ నాన్న దగ్గరే పడుకునేది.

ఆశ్రిత్ నన్ను మేడ మీద నుంచి కనిపించమన్నప్పుడల్లా గోడ దగ్గరకు వెళ్ళేదాన్ని షిలా ఆంటి చూడకుండా.

"ఏంటి, నీ టాటూ లో ఉన్న సీతాకోకచిలుకలు నేను, నువ్వు, వేద అని చెప్పావంట వేద తో? ఇందాక

ఫార్మ్ లో సీతాకోకచిలుకలు కనిపిస్తే, నాన్నా! అమ్మ బొజ్జ మీద త్రీ బటర్ఫ్లైస్ ఉన్నాయి. అది నువ్వు, నేను, అమ్మ అంట నాతో చెప్పింది అంది" అని మెసేజ్ చేసారు నాటి స్మైలీ చేర్చి.

ఈ పిల్లలని నమ్మి ఏమీ చెప్పలేం కదా అనుకుని, "ఇంకేం చెప్పమంటారు? ఏదో కథ అల్లాను" అని రిప్లై ఇచ్చాను.

"మరి ఇంకా ఎన్ని టాటూ లు వేయించుకోవడానికి ఓపిక ఉంది?"

"మీకు ఎన్ని కావాలి?"

"ఇంకా రెండు!"

"సరే! రెండూ ఒకసారే వేయించడానికి ట్రై చేద్దాము" అని ఒక నాటి స్మైలీ చేర్చాను.

పెళ్ళి రోజు పొద్దున్నే పెళ్ళి కూతుర్ని, పెళ్ళి కొడుకుని చేసారు. తరువాత పాండ దగ్గర కి పెళ్ళి సౌమ్య, ఆశ్రిత, వేద ల పుట్టినరోజు కేక్ కట్ చేసాము.

ఆశ్రిత అప్పుడే డైమండ్ రింగ్ పెట్టి నాకు ప్రపోజ్ చేసి అందరి ముందూ నన్ను సర్ప్రైజ్ చేసారు.

ఆశ్రిత్

షీలా ఆంటీ దగ్గర ఉండి మరీ తన్విని తీసుకెళ్ళి పోయారు నేను తనకి రింగ్ ఇచ్చాక. మళ్ళీ సాయంత్రం పీటలమీదే చూడడం అని.

సాయంత్రం ఆఫ్ వైట్ కుర్తా, పట్టు పంచె కట్టుకున్నాను. తన్వి కోరిక పంచె కట్టుకోవాలని. అక్క, పెళ్ళి బొట్టు పెట్టి, బుగ్గన చుక్క పెట్టింది.

తన్వి ని మండపానికి తీసుకువెళ్ళారు ఇంతకు ముందే, గౌరీ పూజ చెయ్యాలంట. సన్నాయి వినిపించింది కానీ నన్ను లైటకి వెళ్ళనివ్వలేదు. చెయ్యండి చెయ్యండి ఏం చెయ్యాలనుకున్నా ఈ కొద్దీ గంటలే కదా తరువాత తన్వి నాదే అనుకున్నాను.

పీటల మీద కూర్చునే సరికి మధ్యలో తెర అడ్డం పట్టుకున్నారు. వేద వచ్చింది నా దగ్గరికి పట్టు లంగా

వేసుకుని ముద్దుగా ఉంది. దగ్గరికి తీసుకుని ముద్దు పెట్టుకున్నాను.

తన్వి వాళ్ళ అన్నయ్య, వదినా కాళ్ళు కడిగారు కన్యా దానమివ్వడానికి. జీలకర్ర, బెల్లం పెట్టాక తెర తీసారు. వెంటనే తన్విని చూసాను.

ఎరుపు రంగు పట్టుచీర, నగలు, పెళ్ళి బొట్టు, బుగ్గన చుక్క, నన్ను మాయ చేసే ఆ కళ్ళకి నిండుగా కాటుక. తన నుంచి చూపు తిప్పుకోవాలనిపించలేదు. అందరూ అక్షతలు వేస్తున్నారు మాకు.

"ఇంక మిగతా పార్ట్ స్కిప్ చేసి వెళ్ళిపోదామా, నువ్వు ఏదో ట్రై చేద్దామన్నావు కదా?" అడిగాను చిరునవ్వుతో.

నవ్వేసింది సిగ్గుపడుతూ. తాళి కట్టడం, తలంబ్రాలు, మెట్టెలు తొడగడం, ఏడడుగులు వెయ్యడం అన్నీ అక్క, అంకిత, సాక్షి అల్లరి మధ్య తన్వి కోరుకున్నట్టే జరిగాయి.

పెళ్ళి అయ్యాకా ఫార్మ్ హౌస్ కి వచ్చాము. సాక్షి, అంకిత, అక్క, గుమ్మం దగ్గర పేర్లు చెప్పి రావాల్సిందే అని పట్టుబట్టారు.

"నేను, ఆశ్రిత్ వచ్చాము!" అంది తన్వి నవ్వుతూ.

"ఆశ్రిత్ అంటే ఎవరి ఆశ్రిత్?" అడిగింది సాక్షి.

"నేను, నా ఆశ్రిత్ వచ్చాము!" అని రిపీట్ చేసింది సిగ్గుతో.

నా వంతు వచ్చింది. "నేను నా తన్వి వచ్చాము!" అన్నాను.

"నాన్న అమ్మని చమ్ చమ్ అంటాడు!" అంది వేద అందరినీ నవ్విస్తూ.

సిటీ కి వచ్చేసాము. అందరూ ఎవరింటికి వాళ్ళు వెళ్ళిపోయారు. అక్క వేద ని తీసుకుని వెళ్ళిపోయింది. తన్వి, నేనూ మా ఇంటికి వచ్చాము. తన్వి మొదటిసారి ఇక్కడికి రావడం. ముందు అమ్మ ఫొటో దగ్గరికి

తీసుకెళ్ళి పరిచయం చేసాను. తరువాత ఇల్లంతా చూపించాను.

చివరిగా నా సీక్రెట్ రూమ్ తాళం తెరిచాను. అది నా పెయింటింగ్ వర్క్‌షాప్. తన్వి ఆశ్చర్యంగా చూస్తూ లోపలికి వచ్చింది.

"నాకు పెయింటింగ్ ఒక హాబీ చిన్నప్పటినుంచీ. నా జ్ఞాపకాలు ఇలా పెయింట్ చేస్తుంటాను." అన్నాను.

తన్వి ఒక్కొక్క క్యాన్వాస్ చూస్తుంది. చిన్నప్పుడు అమ్మ, అక్క నేను గడిపిన రోజులు, కాలేజీ మెమొరీస్ అన్నీ ఒక్కొక్కటిగా చూస్తుంది. చివరికి మా ఇద్దరి జ్ఞాపకాలు వచ్చాయి.

తనని నేను మొదటిసారి మా ఆఫీస్ కేబిన్ లో చూసినప్పుడు అందమైన ఆ కళ్ళు మాత్రమే ఉన్న పెయింటింగ్, ఫార్మ్ దగ్గర తను స్ట్రెచ్ చేస్తూ అలాగే ఒంగుని నన్ను చూసినప్పటి తన మొఖం, తను వెజిటబుల్స్ కట్ చేస్తుంటే నేను తన చున్నీ తో హెయిర్ పోనీటైల్ లా కట్టిందీ, పాండ్ దగ్గర మేమిద్దరం కాఫీ

తాగిన జ్ఞాపకం, తను నాకు ఎస్ చెప్పినప్పుడు నా అరచేతుల్లోకి తీసుకున్న తన మొఖం, నా రూమ్ లో ఉయ్యాల మంచం మీద రెండు చేతులలో తన మొఖం దాచుకుని సిగ్గు పడుతున్నప్పటి జ్ఞాపకం చివరిది.

అక్కడ ఆగిపోయి నా వైపు తిరిగి నన్ను కౌగలించుకుని ఏడ్చేసింది. "ఈ నాలుగేళ్ళూ ఇలాగే వెయిట్ చేసాను నీ కోసం! ఇవన్నీ నా ప్రేమ లేఖలు నీకు." అన్నాను తన చుట్టూ నా చేతులు వేసి.

"ఐ లవ్ యు ఆశ్రిత్! నేను చాలా అదృష్టం చేసుకున్నాను." అంది.

"ఐ లవ్ యు టూ! ఇదే మొదటిసారి మనం ఒకరికి ఒకరం చెప్పుకోవడం." అన్నాను చిరునవ్వుతో.

తన్వి, వేద లతో నా అందమైన ప్రయాణం ఇప్పుడే మొదలయ్యింది!

www.ingramcontent.com/pod-product-compliance
Lightning Source LLC
Chambersburg PA
CBHW051214130726
47988CB00001B/86